Speak Japanese!

ベトナム語版

わかる！話せる！

日本語会話

Hiểu được! Nói được!
88 mẫu câu hội thoại tiếng Nhật cơ bản

基本文型88

監修・著
水谷信子
Mizutani Nobuko

松本　隆／有田聡子／高橋尚子
Matsumoto Takashi　*Arita Satoko*　*Takahashi Naoko*

Jリサーチ出版

話し言葉の日本語を学ぼう
（はな　ことば　にほんご　まな）

　この本は、会話の日本語をもっと理解して、もっと話せるようになりたいという方のための本です。理解のために、実際の日本語の会話の形を忠実に伝えるよう努力しました。ちょっと見てもわかるように、いわゆる教科書の文でない、"生きた話し言葉" が中心になっています。

　「基本文型88」としたのは、88の基本文型を手がかりに、日本語の実際の姿をとらえていただきたいからです。この文型は、現在の日本人が周囲の人たちとどんな会話をしているかを調査し、分析して得たもので、生きた日本語をつかむよい手がかりになります。

　最初の「日本語会話の基本パターン」で日本語の特徴がつかめたら、「日本語の最重要文型8」で、日本人がよく使う文の終わり方や文の作り方の機能をモノにしてください。日本人がふだん、無意識に、くり返し使っている「小さいけど重要な言葉」を取り上げています。

　　ほんとにそうですね。
　　大丈夫ですよ、心配しなくても。
　　30分遅れるって。

などの「ね」「よ」や「って」など、たびたび耳にされると思いますが、説明や会話文を読んでみると、こうした短い語がどんなにコミュニケーションに威力を発揮しているか、わかって面白いと思われるでしょう。

　次に、そのあとの「日本語会話の基本文型80」を攻略してください。使う場面や使用上のポイントが短く、わかりやすく説明してありますから、飽きる間もなく、どんどん読み進んでいけます。

　この本を手にされたその時から、周囲の日本人の話の要点を耳でとらえることができ、短い文が口をついて出る気がして、きっと会話の勉強が楽しくなります。そうした皆さんの姿を想像しながら、この本を「頑張って」と皆さんのもとへ送り出します。Good luck!

水谷信子
（みずたにのぶこ）

Hãy học tiếng Nhật giao tiếp

Cuốn sách này được viết dành cho ai muốn hiểu rõ hơn về tiếng Nhật giao tiếp để có thể nói được nhiều hơn nữa. Để giúp bạn hiểu rõ hơn, chúng tôi đã cố gắng truyền đạt thật trung thực các dạng câu giao tiếp thực tế. Chỉ cần xem qua các bạn cũng có thể thấy chủ yếu là "ngôn ngữ giao tiếp sống" mà không phải những câu được dùng trong sách giáo khoa.

Việc nắm bắt được tiếng Nhật sử dụng trong giao tiếp thực tế khá khó. Nhưng tôi đã gặp nhiều người nước ngoài nỗ lực để nói được tiếng Nhật, để hiểu được người Nhật nên bản thân tôi cũng hết sức cố gắng mang tới cho các bạn một cuốn sách hữu ích. Và cuốn sách này chính là thành quả đó.

Cuốn sách được đặt tên là 「基本文型 88」 vì tôi muốn các bạn nắm bắt được tiếng Nhật thực tế dựa trên 88 mẫu câu cơ bản. Những mẫu câu này được tuyển chọn thông qua quá trình điều tra, phân tích thực tế người Nhật hội thoại như thế nào với người xung quanh nên sẽ là những cơ sở tốt giúp bạn nắm bắt được "tiếng Nhật sống". Hy vọng bạn sẽ sử dụng những mẫu câu này để biến thành tiếng Nhật của bản thân.

Khi đã nắm được đặc trưng của tiếng Nhật tại phần "Những dạng cơ bản của tiếng Nhật giao tiếp" thì hãy lĩnh hội những cách kết thúc câu, chức năng đặt đâu mà người Nhật vẫn thường sử dụng tại phần "8 mẫu câu quan trọng nhất trong tiếng Nhật". Phần này đưa ra những "từ nhỏ mà quan trọng" mà người Nhật hay dùng tự nhiên hàng ngày.

> ほんとにそうですね。(Đúng thật thế nhi)
> 大丈夫ですよ、心配しなくても。(Không sao đâu. Không phải lo)
> 30分遅れるって。(Anh ấy bảo đến chậm 30 phút)

Những từ như 「ね」「よ」 hay 「って」 chúng ta vẫn thường nghe nhưng khi đọc giải thích hay câu hội thoại bạn sẽ thấy vô cùng thích thú khi biết được những từ ngắn như vậy lại có sức ảnh hưởng lớn như thế nào trong giao tiếp.

Tiếp theo, các bạn hãy chuyển sang nghiền ngẫm với phần "80 mẫu câu cơ bản trong tiếng Nhật giao tiếp". Phần này giới thiệu nhiều mẫu câu ít xuất hiện trong sách giáo khoa thông thường với nội dung đáng quan tâm. Bối cảnh sử dụng, chú ý ngắn gọn dễ hiểu khi dùng sẽ khiến bạn muốn đọc tiếp mãi không chán.

Ngay khi cầm cuốn sách này trên tay bạn sẽ có thể nghe được những điểm mấu chốt trong hội thoại của người Nhật quanh mình, cảm thấy những câu ngắn dễ dàng nói được trôi chảy khiến việc học hội thoại trở nên thú vị hơn. Hình dung ra hình ảnh những người học như thế nên tôi mong muốn gửi cuốn sách này tới các bạn cùng lời cổ vũ "Cố lên!". Good luck!

Nobuko Mizutani

〜ね／〜よ／〜よね／〜か／〜の？・〜の［事情説明］／〜んだ／
じじょうせつめい
〜んです／〜の［名詞的用法］／〜って［引用・強調］
めいしてきようほう　　　　　　いんよう　きょうちょう

ウォーミングアップ Khởi động ●●●●●●●●●●●●●●●● **34**

いつでもどこでも — 便利な言葉「どうも」●●●●●●●●● **40**
べんり　ことば
「どうも」s, từ đa năng dùng mọi lúc mọi nơi

〜てる／〜とく／〜ちゃう・〜じゃう／〜ところ／〜たばかり／〜
たら・〜だったら／〜たり／〜といい・〜ばいい・〜たらいい／〜
そう／〜はずがない・〜はずはない・〜はずない／〜わけじゃない
／〜わけにはいかない／〜ていい［許可］／〜ないと・〜なきゃ・〜
きょか
なくちゃ／〜たら？／〜ない？・〜ません？

〜って［話題］／〜が・〜けど［話題］／〜はいい・〜がいい・〜もい
わだい
い／〜にいい・〜にはい・〜にもいい／〜でいい・〜でもいい［容
認］／〜しか〜ない・〜しかない／〜とか／〜なら／〜なんか・〜
にん
など／〜ばかり／〜みたい［似ている様子］／〜というN・〜ってい
に　　　ようす
うN／〜ってN／〜ということ・〜っていうこと・〜ってこと

学習の流れ (がくしゅう) (なが)   Trình tự học

　この本は大きく、序章・PART1・PART2 の３つの部分で構成され、次のステップで学習を進めます。しっかり練習を続けることで、"日本語会話の基礎力" が自然に身につきます。

STEP 1 　序章「日本語会話の基本パターン」

　会話をするときの日本語の特徴やパターンをつかみましょう。

STEP 2 　PART1「日本語会話の最重要文型 8」

　特によく使われ、ほかの文型と結びつくことも多い最も重要な文型を取り上げています。意味や使い方を確認しながら、会話の実践練習をします。PART1 では最後に、復習のドリル（「ウォーミングアップ」）をして、PART2に入る前の準備をします。

STEP 3 　PART2「日本語会話の基本文型 80」

　ほかの語や文との関係を中心にいくつかのグループに分けながら、さまざまな文型を取り上げています。STEP 2 と同様に学習を進めます。PART2 では、どこから学習してもかまいません。どの文型の会話文にもほかの文型が登場しますので、再確認しながら学習すると、より効果的です。

STEP 4 　くりかえし練習

　くりかえし学習することで、どんどん効果が増します。付属音声を気軽に聞き流すだけでもいいですし、声に出して練習すると、さらにいいでしょう。
☞「付属音声の使い方」(p.10)

Cuốn sách này được chia thành 3 phần lớn là "Chương mở đầu", PART1, PART2 và hãy học theo các bước dưới đây. Chăm chỉ luyện lập liên tục sẽ giúp bạn trao dồi được "năng lực hội thoại cơ bản".

STEP 1 Chương mở đầu "Những kiểu cơ bản trong hội thoại tiếng Nhật"
Nắm được đặc trưng, kiểu tiếng Nhật thường dùng trong hội thoại.

STEP 2 PART1 "8 mẫu câu quan trọng trong hội thoại tiếng Nhật"
Phần này giới thiệu những mẫu câu quan trọng nhất thường dùng và liên kết với những mẫu câu khác. Vừa xem ý nghĩa, cách dùng vừa luyện tập hội thoại. Ở cuối phần PART1, hãy luyện tập bài ôn tập (khởi động) để chuẩn bị bước vào PART2.

STEP 3 PART2 "80 mẫu câu cơ bản trong hội thoại tiếng Nhật"
Phần này giới thiệu nhiều mẫu câu được chia thành nhóm với những từ và câu có liên quan đến nhau. Cách học cũng giống như STEP2. Tại PART2, có thể học từ bất cứ phần nào. Ở các mẫu hội thoại đều có xuất hiện những mẫu câu khác nên vừa học vừa xem lại sẽ hiệu quả hơn.

STEP 4 Luyện tập nhiều lần
Luyện tập nhiều lần sẽ tăng hiệu quả hơn nữa. Đơn giản là chỉ cần bật file âm thanh đi kèm lên hay luyện tập phát âm cũng đều mang lại hiệu quả hơn.
☞ "Cách sử dụng file âm thanh đi kèm" (p.10)

テーマとなる文型を使った
フレーズの例です。

Ví dụ câu sử dụng mẫu câu
chủ đề.

テーマとなる文型を使ったモデル
会話です。

Hội thoại mẫu sử dụng mẫu câu chủ
đề

意味・使う場面 Ý nghĩa, bối cảnh sử dụng
文型の意味や機能、使う場面などの
説明です。

Giải thích ý nghĩa, chức năng, bối cảnh
sử dụng của mẫu câu

基本パターン Dạng cơ bản
その文型を使った表現の基本的な
型を示しています。意味や形などで
パターンに分類できる場合に、Ａ、
Ｂ…として示しています。

Đưa ra mẫu cơ bản của cách nói có sử
dụng mẫu câu đó.

Trong trường hợp được phân loại
thành các kiểu khác nhau theo ý
nghĩa, dạng thì sẽ được hiện thị theo
Ａ, Ｂ

テーマとなる文型です。同類のもの
を複数取り上げる場合もあります。

Mẫu câu chủ đề. Cũng có lúc đưa ra
nhiều mẫu câu tương đương.

ポイント Gợi ý
文型のニュアンスや使い方などを
理解するポイントを示しています。

Đưa ra các gợi ý để hiểu được ý và
cách dùng của mẫu câu.

この本で使っている記号 Kí hiệu dùng trong sách

V ＝動詞 Động từ

A ＝い形容詞 Tính từ đuôi い

NA ＝な形容詞 Tính từ đuôi な

N ＝名詞 Danh từ

Vる＝動詞辞書形 Thể ngắn của động từ

Vた＝動詞た形 Thể quá khứ của động từ

Vない＝動詞ない形 Thể phủ định của động từ

Vう＝動詞意向形 Thể ý chí của động từ.

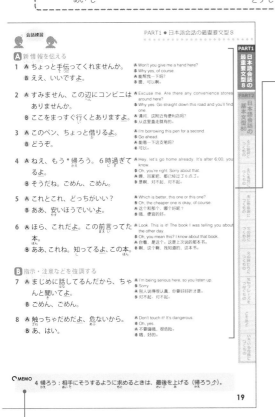

会話練習 Luyện tập hội thoại

文型を使った7～8の会話例を紹介しています。（全体が1ページの場合は3～4例）

Giới thiệu 7 ~ 8 hội thoại mẫu có sử dụng mẫu câu.

(Nếu chỉ giới hạn trong 1 trang thì có 3 ~ 4 hội thoại mẫu)

MEMO

「会話練習」の会話文についての補足説明です。主に語句に関するものです。

Giải thích thêm về câu hội thoại trong phần "Luyện tập hội thoại". Chủ yếu là liên quan đến từ.

付属音声の使い方
ふ ぞくおんせい つか かた

付属音声には、モデル会話と「会話練習」の会話文（日本語）がすべ
ふ ぞくおんせい かい わ かい わ れんしゅう かい わ ぶん に ほん ご
て収録されています。
しゅうろく

※音声のダウンロードの方法は、この本の最後をご覧ください。
おんせい ほうほう ほん さい ご み

❶ まず最初に、２ページ（または１ページ）の中で紹介されている
さいしょ なか しょうかい
会話文をすべて読みましょう。一つ一つ意味を理解し、会話が行
かい わ ぶん よ ひと ひと い み り かい かい わ おこな
われている場面をイメージしてみましょう。
ば めん

❷ 次に、本を見ながら音声を聞きましょう。どんな音で話されてい
つぎ ほん み おんせい き おと はな
るか、イントネーションなど、音のニュアンスをつかみながら確
おと かく
認しましょう。
にん

❸ 本を見ながら付属音声を聴き、すぐ後を追いかけるように、まね
ほん み ふ ぞくおんせい き あと お
して口に出しましょう。
くち だ

❹ 今度は本を見ないで、同じように練習しましょう。
こん ど ほん み おな れんしゅう

Cách sử dụng file âm thanh đi kèm

Trong file âm thanh đi kèm bao gồm hội thoại mẫu và câu hội thoại (tiếng
Nhật) của phần "Luyện tập hội thoại"

※ Bạn hãy xem ở cuối sách cách tải file âm thanh.

❶ Trước tiên, hãy đọc toàn bộ câu hội thoại được giới thiệu ở trang 2 (hoặc
trang 1). Hiểu rõ từng nghĩa và hình dung ra văn cảnh trong hội thoại
đó.

❷ Tiếp theo, hãy vừa xem sách vừa nghe. Nắm bắt được nội dung của âm
như được phát âm như thế nào, âm cao âm thấp ra sao.

❸ Vừa xem sách vừa nghe sau đó bắt chước phát âm đuổi theo âm vừa
nghe được.

❹ Cuối cùng thì luyện tập tương tự mà không cần nhìn sách.

序章
じょしょう

日本語会話の
にほんごかいわ

基本パターン
きほん

CHƯƠNG MỞ ĐẦU
Những dạng cơ bản trong hội thoại tiếng Nhật

「どう話しかけるか」が問題

"Bắt chuyện" là bước đầu tiên của hội thoại.

あのう——まず話の場をつくる
Với câu "Xin lỗi,..." hãy "tạo một môi trường để hội thoại"

　会話を始めるには相手の気持ちをこちらに向けなければなりません。その
ために

　　　　あのう・・・

と呼びかけます。相手が「はい」と応じてくれたら、質問や依頼など、こち
らの目的を伝えます。このステップを無視して、いきなり用件を言い始める
と、相手はいやな気持ちになったり、「まあいい。外国人だから仕方がない」
と感じたりします。

Để bắt đầu hội thoại, chúng ta phải lôi kéo được sự chú ý của đối phương về phía
mình. Để thực hiện được điều đó hãy bắt chuyện bằng câu " あのう・・・". Khi đối
phương đáp lại "Vâng" thì hay truyền đạt mục đích của mình như đặt câu hỏi hay
nhờ vả. Nếu bỏ qua bước này mà đường đột vào ngay chuyện chính sẽ gây khó
chịu cho đối phương hoặc người nghe sẽ cảm thấy "À, người nước ngoài nên mới
nói vậy".

「あのう」の言い方
Cách nói「あのう」

　「あのう」はあまり大きな声ではなく、遠慮の気持ちをいれてゆっくりと
言います。相手は先を急いでいるかもしれないし、何か考え事をしているか
もしれない。そのじゃまをすることになりますから、遠慮やためらいの口調
で言うことです。相手が気持ちよく応じてくれるようにする。これが会話の
第一歩です。

Khi nói「あのう」không nói quá to mà nói thật chậm với ý hơi khách khí. Người
nghe có thể đang vội hoặc đang suy nghĩ chuyện gì đó. Sẽ gây phiền cho đối
phương nên phải nói với ngữ điệu khách khí, có chút lưỡng lự.

2 適当な距離をとる
てきとう　　きょり
Tạo khoảng cách vừa đủ

おじぎの距離 Khoảng cách cúi chào là hợp lí nhất
きょり

　日本人にとって、外国人は「ちょっとこわい」という感じを与えることが
にほんじん　　　　がいこくじん　　　　　　　　　　　　　　　　　　　かん　　　あた
あります。必ずしも背が高いとか体が大きいということではなく、相手にぐっ
　　　　かなら　　せ　たか　　　からだ　おお　　　　　　　　　　　あいて
と近づきすぎることが原因です。日本語はおじぎの距離、外国語は握手の距
ちか　　　　　　　　　げんいん　　にほんご　　　　　　きょり　がいこくご　あくしゅ　きょ
離といわれるのはこのためです。
り

適当な距離
てきとう　きょり
はじめまして

はじめまして
近づき過ぎ
ちか　　す

Với người Nhật hơi có cảm giác sợ người nước ngoài -> Với người Nhật, người
nước ngoài đôi khi gây cảm giác "hơi đáng sợ". Chính vì thế mà người Nhật có
khoảng cách vừa đủ là "khoảng cách cúi chào", còn người nước ngoài có "khoảng
cách để bắt tay".

おじぎの気持ち Thái độ khi cúi chào
きも

　そのため、「ちょっと遠いかな」と思われる距離で、少し上体をかがめる、
　　　　　　　　　　　とお　　　　　おも　　　　きょり　　　すこ　じょうたい
つまりおじぎに近い姿勢で話しかけると、好感を与えます。会話が弾んでく
　　　　　　　ちか　しせい　はな　　　　　　こうかん　あた　　　かいわ　はず
れば、お辞儀の必要はありませんが、始めは近づきすぎないほうが安全です。
　　　じぎ　ひつよう　　　　　　　　　はじ　　ちか　　　　　　　　　　あんぜん

　Từ lí do trên mà ban đầu nên bắt chuyện với tư thế chào cúi nhẹ (không ưỡn
ngực mà hơi cúi thấp đầu) và ở khoảng cách mà đối phương thấy "hơi xa một
chút" sẽ gây thiện cảm hơn. Nếu đã nói chuyện sôi nổi thì không cần phải cúi chào
nữa nhưng ban đầu tốt nhất không nên tiến lại quá gần.

仲良くなるために感じのよい話し方を Cách nói chuyện dễ gần
なかよ　　　　　　　　　かん　　　　　はな　かた

　日本に滞在する期間は短くても、「感じのよい話し方をする外国の人」と
にほん　たいざい　きかん　みじか　　　　かん　　　　　はな　かた　　　　がいこく　ひと
いう印象を与えることは、きっとあなたのためになります。
　いんしょう　あた

　Dù thời gian ở Nhật ngắn đi chăng nữa nhưng nếu tạo được ấn tượng "một người
nước ngoài có cách nói chuyện dễ gần" thì chắc chắn sẽ tạo điểm cộng cho mối
quan hệ của bạn và người Nhật.

3 日本語のくせと文体
にほんご ぶんたい
Kiểu nói đặc trưng và thể câu của tiếng Nhật

文を完結させない言い方 Kiểu nói bỏ lửng câu
ぶん かんけつ い かた

どの言語にもその特徴やくせがあります。日本語の一つのくせは、ときどき
文を完結させないことです。これから出てくる文型を使った会話例で見ても、
- 切符の買い方がわからないんですが…
- 会場は本館の3階だって聞いたんだけど…

のような文が出てきます。

「が」や「けど」でやめるのは、結論を避けて逃げるのでなく、その先は
相手にわかってもらうという態度から来ています。これは、会話は自分だけ
で完結させるのでなく、相手と協力してつくるものだ、という考え方が基本
になっているからです。

Ở bất cứ ngôn ngữ nào cũng có cách nói đặc trưng. Một cách nói đặc trưng của
tiếng Nhật là đôi khi bỏ lửng câu. Nếu xem những câu ví dụ xuất hiện trong cuốn
sách này hẳn các bạn sẽ thấy những câu như
- 切符の買い方がわからないんですが…。(Tôi không biết cách mua vé....)
- 会場は本館の3階だって聞いたんだけど…。(Nghe nói hội trường ở tầng 3 ....)

Câu kết thúc bằng 「が」 hay 「けど」 không phải do muốn tránh đưa ra kết luận mà
muốn người nghe hiểu được tiếp diễn sau đó của câu nói. Đây là suy nghĩ cơ bản
rằng không chỉ riêng bản thân kết thúc cuộc hội thoại mà cần phải có cả sự hợp
tác của đối phương.

三つの文体 3 thể câu
みっ ぶんたい

日本語では同じことを言うのに文体が一つではありません。
① いいお天気ですね。 ② いいお天気だね。 ③ いいお天気でございますね。
と三つもあって、実に面倒だと言われます。しかし実際には、知り合いの間
の①、友達や家族の間の②の二つで十分です。③は決まり文句のほかは、接
客業で使われるだけです。本書では、友達づきあいができるよう②を主に、
丁寧な場面のために①を入れています。

Trong tiếng Nhật, khi nói cùng một nội dung thì thể của câu không chỉ có một loại.
① いいお天気ですね。 ② いいお天気だね。 ③ いいお天気でございますね。
Có những câu có thể nói ở 3 thể, và thực tế nhiều ý kiến cho rằng tiếng Nhật quá
phức tạp. Nhưng trên thực tế chỉ cần phân loại như ① hội thoại với người quen và
② hội thoại với bạn bè, gia đình. Câu thứ ③ chỉ được dùng trong công việc tiếp
khách. Trong cuốn sách này, chủ yếu là câu ở thể thứ ② để tạo mối quan hệ bạn
bè thân thiết hơn, ngoài ra có thêm thể thứ ① dùng trong trường hợp trang trọng.

14

話し言葉の形
はな　こと　ば　　　　かたち
Dạng của "văn nói"

　話し言葉では、教科書にあるようなきちんとした形でなく、短くした形が
使われることがよくあります。本書では「わかる・話せる」ために、こうし
た形を積極的に取り入れています。以下は、その主なパターンです。

　Trong văn nói thường câu ở dạng không giống như trong sách giáo khoa, chủ yếu
là thể ngắn. Mục đích của cuốn sách này là "Hiểu được! Nói được!" nên chúng tôi
cố gắng đưa những dạng câu như thế vào. Dưới đây là những dạng câu chủ yếu.

(1)「は・が・を・に」などをカットする　Lược bỏ「は・が・を・に」

⑩ これはいくらですか。→これ、いくらですか。

⑩ 頭が痛い。→頭、痛い。

⑩ メニューを見せて。→メニュー、見せて。

⑩ 銀行に行く→銀行行く

⑩ 買い物に行く→買い物行く；取りに行く→取り行く

(2) 文の終わりをカットする　Lược bỏ cuối câu

⑩ 見てくれませんか。→見てくれません？　見てくれない？

⑩ 行かないといけない。→行かないと。

⑩ これはSサイズですか。→これはSサイズ？

(3) 短い質問の形　Dạng câu hỏi ngắn

⑩ これ、食べる？　もう行く？　もうやめる？

(4) て形を短くする　Rút ngắn thể て

a)「い」をカットする

　⑩ 持っている→持ってる；持っていない→持ってない

b)「てお」→「と」

　⑩ やっておく→やっとく；置いておいて→置いといて

5 話し言葉の発音
<ruby>話<rt>はな</rt></ruby>し<ruby>言葉<rt>ことば</rt></ruby>の<ruby>発音<rt>はつおん</rt></ruby>

Phát âm "văn nói"

　<ruby>話<rt>はな</rt></ruby>し<ruby>言葉<rt>ことば</rt></ruby>では、<ruby>言葉<rt>ことば</rt></ruby>を<ruby>短<rt>みじか</rt></ruby>くするためや<ruby>言<rt>い</rt></ruby>いやすくするために<ruby>発音<rt>はつおん</rt></ruby>が<ruby>変<rt>か</rt></ruby>わることがあります。

Trong văn nói từ được rút ngắn để dễ nói hơn nên phát âm có phần thay đổi.

(1) <ruby>終<rt>お</rt></ruby>わりを<ruby>短<rt>みじか</rt></ruby>くする Rút ngắn phần cuối

- ～でしょう→～でしょ　例 そうでしょう？→そうでしょ？

(2) <ruby>小<rt>ちい</rt></ruby>さい「っ」に<ruby>変化<rt>へんか</rt></ruby>する Chuyển sang「っ」nhỏ.

- ～というか→～っていうか　例 <ruby>興味<rt>きょうみ</rt></ruby>がないっていうか
- ～ということ→～ってこと　例 <ruby>中止<rt>ちゅうし</rt></ruby>ってこと
- どこか→どっか

(3)「ん」に<ruby>変化<rt>へんか</rt></ruby>する Chuyển thành「ん」

- ～ので→～んで　例 <ruby>時間<rt>じかん</rt></ruby>がないんで
- なに→なん　例 なにで<ruby>書<rt>か</rt></ruby>く→なんで<ruby>書<rt>か</rt></ruby>く；なにかある→なんかある
- ～らない→～んない　例 わからない→わかんない；やらない→やんない

(4)「きゃ」「ちゃ」「じゃ」「りゃ」に<ruby>変化<rt>へんか</rt></ruby>する Chuyển thành「きゃ」「ちゃ」「じゃ」「りゃ」

- ～ければ→～きゃ　例 <ruby>行<rt>い</rt></ruby>かなければならない→<ruby>行<rt>い</rt></ruby>かなきゃならない
- それは→そりゃ　例 それは、そうだろう。→そりゃ、そうだろう。
- ～では→～ちゃ　例 <ruby>来<rt>き</rt></ruby>てはだめ→<ruby>来<rt>き</rt></ruby>ちゃだめ
- ～では→～じゃ　例 <ruby>日本<rt>にほん</rt></ruby>では→<ruby>日本<rt>にほん</rt></ruby>じゃ
- ～てしまう→～ちゃう　例 <ruby>遅<rt>おく</rt></ruby>れてしまう→<ruby>遅<rt>おく</rt></ruby>れちゃう
- ～でしまう→～じゃう　例 <ruby>飲<rt>の</rt></ruby>んでしまう→<ruby>飲<rt>の</rt></ruby>んじゃう

(5) その<ruby>他<rt>た</rt></ruby> Những loại khác

例 いう→ゆう［<ruby>言<rt>い</rt></ruby>う］；<ruby>私<rt>わたし</rt></ruby>のうち→<ruby>私<rt>わたし</rt></ruby>んち；あまり→あんまり；やはり→やっぱり；
なに→なあに；ほんとう→ほんと；どういう→どうゆう；このあいだ→こないだ；
～ばかり→～ばっかり

PART1

日本語会話の
最重要文型8
<ruby>日本語会話<rt>にほんごかいわ</rt></ruby>の<ruby>最重要文型<rt>さいじゅうようぶんけい</rt></ruby>8

PART1
8 mẫu câu quan trọng nhất trong
hội thoại tiếng Nhật

1 このドーナツ、おいしい**ね**

kono doonatsu, oishii-ne
（このドーナツはおいしいですね）

• • • • • • • • • • • • • • • • • • •

〜ね	~ nhỉ (Cách nói mong đợi sự đồng ý hay xác nhận lại từ đối phương)

Ⓐ このドーナツ、おいしい**ね**。

Ⓑ うん。もう３個食べちゃったよ。
　　　　　　こ　　た

Ⓐ Bánh vòng này ngon nhỉ.
Ⓑ Ừ, tớ ăn hết 3 cái rồi đấy.

意味・使う場面 🖋 **相手とイメージや情報、感動などを共有**しようとするときに使います。
　　　あいて　　　　　　　　　　　じょうほう　かんどう　　　　　きょうゆう　　　　　　　　　　　つか
相手に同意や再確認を求めたりします。
あいて　どうい　さいかくにん　もと

Dùng khi muốn chia sẻ ấn tượng, thông tin, cảm xúc với đối phương. Mong đợi sự đồng ý hay xác nhận của đối phương.

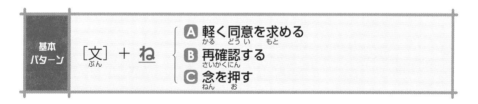

基本パターン きほん	［文］＋ **ね** ぶん	Ⓐ **軽く同意を求める** かる　どうい　もと Ⓑ **再確認する** さいかくにん Ⓒ **念を押す** ねん　お

ポイント

相手に対する**親しみの気持ち**を含み、**心配したり励ましたり**するときにもよく使います（⇒Ⓒ）。
あいて　たい　　　した　　　きも　　　ふく　　しんぱい　　　　　はげ　　　　　　　　　　　　　　　　つか

Cũng thường được sử dụng khi lo lắng hay động viên đối phương với tình cảm thân thiết. (⇒Ⓒ)

PART1
日本語会話の最重要文型 8

PART2
日本語会話の基本文型 80

主に動詞につくもの

主に名詞につくもの

主に形容詞につくもの

文の前につくもの

文の終わりにつくもの

会話をつなぐもの

こそあど

いろいろな形につくもの

A 軽く同意を求める Mong đợi sự đồng tình

1 A いい写真です**ね**。ご家族ですか。

　　 B ええ、去年ハワイに行ったとき*のです。

　　 A Ảnh đẹp quá nhỉ. Gia đình anh hả?
　　 B Vâng, là chụp lúc đi Hawaii năm ngoái.

2 A 今日は暑いです**ね**。

　　 B 暑いです**ね**。もう夏です**ね**。

　　 A Hôm nay nóng nhỉ.
　　 B Nóng nhỉ. Sang hè rồi nhỉ.

3 A 先生と会えなかったんですか。
　　 それは残念でした**ね**。

　　 B はい、すごく残念です。

　　 A Cậu không gặp được thầy à? Tiếc quá nhỉ.
　　 B Vâng. Tiếc vô cùng ạ.

4 A 今日のお店、おいしかったから、
　　 また行こう**ね**。

　　 B うん。すごく気に入った。

　　 A Quán ăn hôm nay ngon quá, lần sau lại đi nhé!
　　 B Ừ, tớ cũng thích lắm.

B 再確認する xác nhận lại

5 A 会議は 10 時からです**ね**。

　　 B はい。確か、そうだったと思います。

　　 A Cuộc họp từ 10h nhỉ.
　　 B Vâng, chắc là vậy ạ.

6 A じゃ、私たちは先に行ってます**ね**。

　　 B はい、そうしてください。

　　 A Thế bọn tôi đi trước nhé.
　　 B Vâng, anh cứ đi đi.

C 念を押す nhắc nhở

7 A 風邪をひかない*よう、気をつけて
　　 ください**ね**。

　　 B はい、ありがとうございます。

　　 A Cẩn thận không lại ốm nhé.
　　 B Vâng, cám ơn chị.

8 A 野菜もちゃんと食べて**ね**。

　　 B はい、はい。

　　 A Nhớ ăn cả rau đấy nhé.
　　 B Vâng vâng.

⌒MEMO **1** 〜の：「行ったときの」は「行ったときの写真」を短くした言い方。

　　　 7 〜よう：目的を表す。

2 もう帰った**よ**
かえ

moo kaetta-yo

（もう帰ったよ）
　　かえ

●●●●●●●●●●●●●●●●●●●●●●

〜よ　　　　〜đấy, 〜 mà (Dùng khi có ý muốn nói với đối phương)

Ⓐ ねえ、部長見なかった？
　　　　　ぶ ちょう み

Ⓑ 今日はもう帰った**よ**。
　　きょう　　　　かえ

Ⓐ Này, anh trông thấy trưởng phòng không?
Ⓑ Hôm nay anh ấy về rồi mà.

意味・
使う場面

「相手が知らないことや気づいてないこと」を相手に知らせるときに
　あい て　　　　　　　　　　　　 き
使います。「よ」を付けることで、相手に語りかける調子になり、相
　　　　　　　　　つ　　　　　　　 あい て　かた　　　　　　ちょう し　　　あい
手の注意を引く効果があります。
て　 ちゅうい　ひ　 こう か

Sử dụng khi thông báo cho đối phương biết về "việc đối phương chưa biết hoặc chưa
nhận ra". Việc thêm từ " よ " có hiệu quả tạo không khí nói chuyện với đối phương, thu
hút sự chú ý của đối phương.

基本
パターン

［文］ ＋ **よ** { Ⓐ 新情報を伝える
　ぶん　　　　　　　　　　しんじょうほう　つた
　　　　　　　　　　　　　 Ⓑ 指示・注意などを強調する
　　　　　　　　　　　　　　　し じ　ちゅう い　　　　　きょうちょう

💡
ポイント

相手に知らせたい情報を**はっきり示す**表現です。相手に知らせたい
あい て　し　　　　　 じょうほう　　　　　　　　 しめ　ひょうげん　　　 あい て　し
気持ちが強いときは、語尾を上げる言い方になります。
き も　　　つよ　　　　　　 ご び　あ　　　 い　 かた
※「N-だ＋よ」「NA-だ＋よ」は、女性的な言い方。
　　　　　　　　　　　　　　　　　 じょせいてき　 い　かた
　　例今日じゃなくて明日よ。／日曜はだめよ。
　　　きょう　　　　　　あした　　　にちよう

Là cách nói thể hiện rõ thông tin muốn thông báo cho đối phương. Khi muốn nhận mạnh
việc muốn thông báo cho đối phương thì lên giọng ở cuối câu.

※「N-だ＋よ」「NA-だ＋よ」là cách nói của nữ giới.
　　Ví dụ: Không phải hôm nay mà là ngày mai đấy/ Chủ nhật không được rồi.

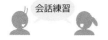

A 新情報を伝える Truyền đạt thông tin mới

1 A ちょっと手伝ってくれませんか。
　 B ええ、いいですよ。

A Giúp tớ một chút có được không?
B Ừ, được thôi.

2 A すみません、この辺にコンビニは
　　ありませんか。
　 B ここをまっすぐ行くとありますよ。

A Xin lỗi, quanh đây có cửa hàng tiện ích không?
B Cứ đi thẳng là có đấy.

3 A このペン、ちょっと借りるよ。
　 B どうぞ。

A Tớ mượn cái bút này một chút nhé.
B Ừ dùng đi.

4 A ねえ、もう*帰ろう。6時過ぎてるよ。
　 B そうだね。ごめん、ごめん。

A Này, về thôi. Hơn 6h rồi đấy.
B Ừ nhi, xin lỗi nhé.

5 A これとこれ、どっちがいい？
　 B ああ、安いほうでいいよ。

A Cái này với cái này, cái nào được?
B À, cái rẻ hơn đi.

6 A ほら、これだよ。この前言ってた本。
　 B ああ、これね。知ってるよ、この本。

A Đây, là cái này đấy. Quyển sách tớ nói bữa trước.
B À, quyển này hả. Tớ biết quyển này mà.

B 指示・注意などを強調する Nhấn mạnh khi có chỉ thị hay chú ý

7 A まじめに話してるんだから、ちゃんと
　　聞いてよ。
　 B ごめん、ごめん。

A Tớ đang nói rất nghiêm túc nên nghe đi mà.
B Xin lỗi, xin lỗi.

8 A 触っちゃだめだよ、危ないから。
　 B あ、はい。

A Không được sờ vào đấy đâu. Nguy hiểm đấy.
B Xin lỗi ạ.

⌒MEMO
4 帰ろう：相手にそうするように求めるときは、最後を上げる（帰ろう↗）。

PART1 最重要文型 8 の 日本語会話

PART2 日本語会話の基本文型 80

主に動詞につくもの

主に名詞につくもの

主に形容詞につくもの

文の前につくもの

文の終わりにつくもの

会話をつなぐもの

こそあど

いろいろな形につくもの

3 お祭り行く**よね**

omatsuri iku-yone

（お祭り<ruby>は<rt></rt></ruby>行きますよね）

〜よね　　　　　　　　　　　　　　　　　～ (đấy) nhỉ

Ⓐ 今年の港祭りは来週末？

Ⓑ そうだよ。7、8の土日。お祭り、行く**よね**。

Ⓐ もちろん！

Ⓐ Lễ hội cảng năm nay vào tuần sau phải không?
Ⓑ Đúng rồi. Thứ 7, chủ nhật ngày 7,8. Cậu đi chứ nhỉ.
Ⓐ Tất nhiên!

 意味・使う場面

相手と同じ情報やイメージを持ちたいときに使います。大きく分けて、Ⓐ相手と違いがないことを<u>確かめる</u>、Ⓑ相手に<u>新情報を伝える</u>、Ⓒ相手の発言に<u>調子を合わせる</u>の3つがあります。

Dùng khi muốn có thông tin hay cảm nhận giống với đối phương. Chia thành 3 cách dùng chính Ⓐ Xác nhận xem có khác gì với đối phương không, Ⓑ Truyền đạt thông tin mới cho đối phương, Ⓒ Đồng tình với phát ngôn của đối phương.

基本パターン	［文（の終わり）］ + **よね**	Ⓐ 確かめる Ⓑ 新情報を伝える Ⓒ 調子を合わせる

 ポイント

「〜よね」は、相手に気持ちや情報をはっきり示す「〜よ」と、相手に柔らかく同意を求める「〜ね」を足した表現です。「〜ですね」より「〜ですよね」のほうが、<u>相手の確認を強く求める</u>表現です。

" よね " là cách nói " よ " biểu hiện rõ cảm xúc, thông tin với đối phương, cộng thêm " ね " với ý thỉnh cầu sự đồng ý của đối phương một cách mềm dẻo. Cách nói " ですよね " thể hiện yêu cầu xác nhận với đối phương mạnh hơn cách nói " ですね ".

PART1
日本語会話の最重要文型 8 の

PART2
日本語会話の基本文型 80

A 確かめる Xác nhận

1 A この曲、知ってる**よね**。
B うん。昔よく聴いてた。

A Bài hát này cậu biết nhỉ?
B Ừ, ngày xưa nghe mãi mà.

2 A 今日、雨が降るんだ**よね**。
B うん。そうらしいね。

A Hôm nay mưa nhỉ?
B Ừ, hình như thế nhỉ.

3 A 計算、合ってます**よね**。
B はい。2回確認しました。

A Con số này khớp rồi chứ nhỉ?
B Vâng. Tôi đã kiểm tra 2 lần rồi.

4 A 何でも手伝うって言った**よね**。
B え？ぼく、そんなこと言った？

A Cậu đã nói việc gì cũng giúp nhỉ?
B Gì cơ? Tớ đã nói thế sao?

5 A お店、駅からそんなに遠くなかった**よね**。
B うん、駅から5分くらい。

A Quán đó không xa ga lắm nhỉ?
B Ừ, cách ga khoảng 5 phút.

B 新情報を伝える Truyền đạt thông tin mới

6 A ここのバス、よく遅れるんだ**よね**。
B そうなの？

A Xe buýt này hay đến muộn nhỉ.
B Thế sao?

C 調子を合わせる Đồng tình

7 A ここのディナー、一人3万円だって。
B *そりゃ、そうだ**よね**。超有名な店だからね。

A Ăn tối ở đây 1 người 3 vạn yên ấy hả?
B Thì cũng đúng mà. Quán này rất nổi tiếng mà.

8 A 電気代、また値上げか…。*いやになるね。
B ほんとだ**よね**。

A Lại tăng tiền điện à. Khó chịu thật đấy nhỉ.
B Thật đấy.

MEMO 7 そりゃ：「それは」が短くなったもの。
8 いやになる：気分が悪くなる。会話では「いやんなる」になることが多い。

23

4 それ、コピーしよう**か**。

sore, kopii shiyoo-ka?

（それをコピーしましょうか）

●●●●●●●●●●●●●●●●●●●●●●●●●●●●●●●●

〜か　　　　　　　　　　　　　　**〜 không, được không, nhé, đi**

Ⓐ それ、コピーしよう**か**。

Ⓑ あ、してくれる？　じゃ、お願い。
　　　　　　　　　　　　　　　ねが

Ⓐ Cái đó để tôi copy cho.
Ⓑ Ô, làm giúp tôi sao? Thế nhờ chị nhé.

意味・
使う場面

文の終わりに「か」を付けることで、Ⓐ「疑問・問いかけ」やⒷ「提
ぶん　お　　　　　　　　　　　　　　　　　　　ぎもん　と　　　　　　　　　　てい
案・申し出」、Ⓒ「感心する気持ち・再確認」などの意味を表します。
あん　もう　で　　　かんしん　きも　　さいかくにん　　　　いみ　あらわ
ちょっとした疑問や驚きを感じたときや、提案をして相手の意見を聞
　　　　　　ぎもん　おどろ　かん　　　　　　　ていあん　　　あいて　いけん　き
きたいときなどに使います。
　　　　　　つか

Bằng việc thêm từ "か" vào cuối câu để thể hiện ý nghĩa Ⓐ "nghi vấn, đặt câu hỏi", Ⓑ "đề
xuất, đề nghị", Ⓒ "cảm phục, xác nhận lại". Thường dùng khi cảm thấy có chút nghi vấn
hay bất ngờ, khi đưa ra đề xuất và muốn hỏi ý kiến của đối phương.

基本 パターン	［文の終わり］＋ **か**	Ⓐ「疑問・問いかけ」 　　ぎもん　と Ⓑ「提案・申し出」 　　ていあん　もう　で Ⓒ「再確認」 　　さいかくにん

ポイント

「〜ですか／〜ますか（質問）」や「〜てくれませんか（依頼）」「〜ま
　　　　　　　　　しつもん　　　　　　　　　　　　　　いらい
せんか（勧誘）」が「〜か」を含む基本表現ですが、ほかにもさまざ
かんゆう　　　　　　ふく　きほんひょうげん
まな表現があります。軽く疑問や提案を示したり、驚きや感心する気
ひょうげん　　　かる　ぎもん　ていあん　しめ　　　おどろ　かんしん　き
持ちを表します。
も　　あらわ

Các mẫu câu cơ bản bao gồm " 〜ですか／〜ますか (câu hỏi)", " 〜てくれませんか (nhờ
vả)" " 〜ませんか (mời rủ)" nhưng ngoài ra còn nhiều cách nói đa dạng khác. Đưa ra nghi
vấn nhỏ, đề nghị hay thể hiện cảm giác bất ngờ, cảm động.

PART1
日本語会話の最重要文型 8

PART2
日本語会話の基本文型 80

主に動詞につくもの

主に名詞につくもの

主に形容詞につくもの

文の前につくもの

文の終わりにつくもの

会話をつなぐもの

こそあど

いろいろな形につくもの

A 疑問・問いかけ Nghi vấn, đặt câu hỏi

1 Ａ 3000円じゃ、足りない**か**。

Ｂ 足りないよ。5000円用意したほうがいいよ。

Ａ 3 nghìn yên thì không đủ nhỉ.
Ｂ Không đủ đâu, nên chuẩn bị 5 nghìn yên thì hơn.

2 Ａ 今日はかさ、いらない**か**。

Ｂ そうね。いらないと思う。

Ａ Hôm nay chắc không cần ô nhỉ.
Ｂ Ừ. Tớ nghĩ là không cần.

3 Ａ 電車が来るまでだいぶ時間があるね。

Ｂ うん…。どうしよう**か**。

Ａ Còn lâu tầu mới tới nhỉ.
Ｂ Ừ… Làm gì nhỉ.

B 提案・申し出 Đề xuất, đề nghị

4 Ａ 後でみんなで写真撮ろう**か**。

Ｂ いいね。そうしよう。

Ａ Lát nữa mọi người chụp ảnh chung nhé.
Ｂ Được đó, chụp đi.

5 Ａ 一緒に行きましょう**か**。

Ｂ いえ、一人で大丈夫です。

Ａ Để tôi copy cái đó cho nhé.
Ｂ Ô, giúp tôi há? Thế thì nhờ chị.

C 再確認 Xác nhận lại

6 Ａ あの二人、兄弟だったの**か**。知らなかったよ。

Ｂ 私も。

Ａ Hai người đó hóa ra là anh em à. Thế mà tôi không biết.
Ｂ Tôi cũng thế.

7 Ａ 彼女、試験、不合格だったよ。

Ｂ そう**か**…。だめだった**か**。

Ａ Tớ thi trượt rồi.
Ｂ Thật á. Không được sao.

8 Ａ ああ、ここ**か**、スミスさんが言ってたお店。

Ｂ そうだね。ここだね。

Ａ A, là chỗ này à, quán mà anh Smith nói.
Ｂ Ừ đúng rồi. Là chỗ này nhỉ.

5 もう予約したの？

moo yoyaku-shita-no?

（もう予約したのですか）

- -

～の？（質問・確認）／～の（事情説明） | ~ à? (câu hỏi, xác nhận)/ ~ mà, đấy (giải thích lí do

---

Ⓐ ホテルはもう予約した**の？**

Ⓑ いえ。まだ何もしてないんです。

Ⓐ Khách sạn đã đặt chưa hả?
Ⓑ Chưa. Vẫn chưa làm gì cả.

意味・
使う場面

「**～の？**」は「～んですか（←～のですか）」、「**～の。**」は「～んです」が短くなった形です。説明を求めたり、事情を説明したりするときに使います。ただし、「**～の。**」は主に女性（または小さな子供）の話し方で、男性は基本的に使いません。

" ～の？ " là mẫu rút gọn của " ～んですか？（～のですか？）", còn " ～の " là mẫu rút gọn của " ～んです ". Được dùng khi muốn yêu cầu giải thích. Tuy nhiên " ～の " là cách nói của nữ (hoặc trẻ nhỏ), nam giới cơ bản không sử dụng cách nói này.

基本
パターン

［文の終わり］ + 〈 の？ …Ⓐ質問・確認
の …Ⓑ事情説明

ポイント

「**～の？**」には、驚きや感心を含めた言い方もあります（会話例⑦）。また、「の」にほかの語が付いた「**～のか**」「**～のね**」「**～のよ**」などもよく使われます。「**～のね**」「**～のよ**」は女性的な言葉です。

⑩ 残念。ここには売ってないのか。／これ、捨てていいのね。／ごめん、知らなかったのよ。

" ～の？ " cũng có cách nói hàm chứa sự bất ngờ, cảm kích (Mẫu hội thoại ⑦). Ngoài ra, ngoài cách nói " の " còn thường sử dụng với cách thêm từ " ˜のか ", " ˜のね ", " ˜のよ ". Cách nói " ˜のね ", " ˜のよ " là cách nói của nữ giới.

Ví dụ: Tiếc quá. Ở đây lại không bán sao./ Cái này vứt đi sao?/ Xin lỗi tó không biết.

PART1
日本語会話の最重要文型 8

PART2
日本語会話の基本文型 80

主に動詞に
つくもの

主に名詞に
つくもの

主に形容詞に
つくもの

文の前に
つくもの

文の終わりに
つくもの

会話をつなぐ
もの

こそあど

いろいろな形に
つくもの

A 質問・確認 Câu hỏi, xác nhận

1 A どこに行く**の**？

B ああ、ちょっとコンビニに行ってくる。

A Cậu đi đâu đấy?
B À, tớ đi ra cửa hàng tiện ích một chút.

2 A そのカメラ、買った**の**？

B いや、友達に借りた。

A Cậu mua máy ảnh đó rồi à?
B Không, tớ mượn bạn.

3 A なんで電話してくれない**の**？

B ごめん、忘れてた！

A Sao anh không gọi cho em?
B Xin lỗi, anh quên mất!

4 A これはどこに置けばいい**の**？

B ああ、その辺に適当に置いてくれる？

A Cái này đặt ở đâu được nhỉ?
B À, đặt đại chỗ kia cho tớ được không?

5 A え？　今日は練習なし？

B そうだよ。知らなかった**の**？

A Gì cơ? Hôm nay không tập á?
B Chứ sao. Cậu không biết sao?

6 A あの二人が結婚か…。驚いたね。

B え？　それ、本当な**の**？

A Hai người đó kết hôn à. Bất ngờ nhỉ.
B Ồ? Thật sao?

7 A へー。京都まで一人で行った**の**？

すごい！

B そんなことないですよ。みんな

行ってます。

A Ồ. Cậu đi Kyoto một mình sao? Siêu thế!
B Không đâu. Đi với mọi người mà.

B 事情説明 Giải thích lí do

8 A ねえ、電話代わって。私、英語、

話せない**の**。

B え、ぼくも話せないよ。

A Này, nói giúp tớ đi. Tớ không biết nói tiếng Anh.
B Ớ, tớ cũng không biết nói đâu.

⌒**MEMO** **7** 相手の言ったことに感心したり納得したことを表すときは、文末は下げて言うことが多い。驚きが強い場合は、**7**のように上げて言うこともある。

27

6 これ、苦手なんだ

kore,nigate-na-n-da

（これは苦手なのです）

● ●

〜んだ／〜んです　　　　vì 〜 (dùng khi đưa ra lí do)

Ⓐ さっきからほとんど食べてないね。

Ⓑ ごめん。これ、苦手な**んだ**。

Ⓐ Nãy giờ anh không ăn mấy nhi.

Ⓑ Xin lỗi, món nay tôi không biết ăn.

意味・使う場面　「〜んだ」「〜んです」は、元々は「〜のだ」「〜のです」で、事情説明が求められるときの形です。「こういうことだから」と理由を述べるときや、「どういうこと？」「それで？」とさらに話を聞いたり確認したりするときに使います。

Cách nói "〜んだ" "〜んです" vốn từ cách nói "〜のだ" "〜のです", là cách nói khi được yêu cầu giải thích lí do. Dùng khi. Đưa ra lí do "vì là như thế này", khi muốn hỏi thêm hoặc xác nhận câu chuyện như "Nghĩa là như thế nào?" hay "Rồi sao nữa?".

基本パターン

［文］ + **んだ／んです**

※〈［NA／N**な**］ + **の**〉の形もある。

例 うそじゃない。本当にきれい**なの**。／ 1000 円**なの**ね。

ポイント　「自分の事情を理解してほしいという気持ち」や「相手の事情を理解したいという気持ち」を表します。自分が説明するときは「〜んです」「〜んだ」、相手に説明を求めるときは「〜んですか」「〜んだ？」「〜の？」が使われます。

Thế hiện ý "Muốn người nghe hiểu cho hoàn cảnh của mình" hay "Muốn hiểu hoàn cảnh của đối phương". Khi bản thân giải thích thì dùng mẫu "〜んだ" "〜んです", còn khi muốn đối phương giải thích thì dùng mẫu "〜んですか" "〜んだ？" "〜の？"

28

1 A 顔色が悪いですね。大丈夫ですか。
　　B はい…。ちょっと頭が痛い**んです**。

A Sắc mặt anh xấu lắm. Anh có sao không?
B Vâng. Tôi hơi đau đầu.

2 A 〈パーティーに〉昨日はどうして来なかったの？
　　B 行きたかった**んです**が、仕事の用事があったんです。

A (Bữa tiệc) Hôm qua sao cậu không đến?
B Tớ muốn đi nhưng vì có bận chút công việc.

3 A 真剣に読んでるね。何の本？
　　B うん、すごく面白い**んだ**よ。日本文化の本。

A Cậu chăm chú đọc thế. Sách gì vậy?
B Ừ. Sách này hay lắm. Sách về văn hóa Nhật bản.

4 A あのう、切符の買い方がわからない**んです**が、教えていただけませんか。
　　B ええ、いいですよ。

A Xin lỗi, Tôi không biết cách mua vé, có thể chỉ cho tôi được không?
B Vâng, được chứ.

5 A ハワイに行った**んです**か。
　　B そうなんです。ハワイは今回が初めてなんです。

A Anh đi Hawaii hả?
B Vâng, là lần đầu tiên tôi đi Hawaii.

6 A これ、ほんとに捨てていい**んです**か。
　　B ええ、いい**んです**。

A Cái này vứt đi thật ạ?
B Ừ, vứt đi.

7 A 髪、切った**んです**ね。似合いますよ。
　　B そう？　ありがとう。

A Cậu cắt tóc à. Hợp đấy.
B Thế há? Cám ơn.

8 A その店、おいしいけど、結構高いよ。
　　B そうな**んだ**。残念。

A Quán đó ngon nhưng khá đắt đấy.
B Thế sao. Tiếc quá.

MEMO 2 いや：「いいえ」の会話表現。「違う、そうじゃない」とはっきり言いたいときに使う。

29

7 彼が入院した**の**、知ってる？
かれ　　　　にゅういん　　　　　　し

kare-ga nyuuin-shita-no, shitteru?

（彼が入院したことを知っていますか）
　かれ　にゅういん　　　　　　し

〜の（名詞的用法）　　　việc ~ (danh từ hóa)
　　めい し てきようほう

Ⓐ 彼が入院した**の**、知ってる？
　　かれ　　にゅういん　　　　　　し

Ⓑ ううん、知らない。
　　　　　　　し

Ⓐ Cậu biết việc anh Tanaka nhập viện chưa?

Ⓑ Không, tớ không biết.

意味・　文や動詞、形容詞を名詞のようにしたいときに使います。「〜の」の
使う場面　ぶん どうし けいようし めいし　　　　　　　　　　　　　つか
　　　　　部分が名詞のように扱われます。
　　　　　ぶ ぶん めい し　　　　　あつか

Dùng khi danh từ hóa một câu, động từ hay tính từ. Phần 「〜の」 sẽ được coi như một danh từ.

基本
パターン

[文／Ｖる／Ｖた／Ａ]　＋　**の**　…Ⓐ
　ぶん

[NA／Ｎ＋な]　　　　　＋　**の**　…Ⓑ

ポイント

名詞節の中の主語は「〜が」で表されます。「〜の」の後には「を」「が」
めいしせつ なか しゅご　　　　　　　　　あらわ　　　　　　　　　　　あと
「は」などが続きますが、これらの助詞は、会話では省略されること
　　　　　　つづ　　　　　　　じょし　　　かいわ　　しょうりゃく
も多いです。Ⓑは形容詞に付く形が主です。名詞に付く形は、例え
　おお　　　　　　けいようし　つ かたち おも　めいし つ かたち たと
ば次のようなものです。
　つぎ

例田中さんがまだ学生なのを忘れてました。
　たなか　　　　　　　がくせい　　　わす

Chủ ngữ trong mệnh đề danh từ thường đi kèm với 「〜が」. Sau 「〜の」 thường đi kèm 「を」「が」「は」 v.v... nhưng những trợ từ này thường bị lược bỏ trong văn nói, hội thoại. Ⓑ chủ yếu là dạng đi với tính từ. Dạng đi với danh từ thường thấy trong ví dụ dưới đây.

Ví dụ: Quên mất anh Tanaka vẫn còn là sinh viên.

A [文／Vる／Vた／A]＋の

1 〈会社で〉
　A これを明日までにやる**の**は無理でしょう。
　B そうですね。ちょっと多すぎますね。

(Tại công ty)
A Làm cái này xong trong ngày mai chắc khó.
B Ừ, hơi nhiều nhỉ.

2 A 青木さんが怒っている**の**を見たことがないです。
　B 私もないです。優しい人ですよね。

A Chưa bao giờ thấy chuyện anh Aoki nổi giận nhỉ.
B Tớ cũng thế. Anh ấy hiền thật đấy.

3 A 私がちゃんと確認しなかった**の**がいけなかったんです。
　B そんなことないって。あんまり気にしないほうがいいよ。

A Việc không kiểm tra kĩ là do tôi sai.
B Không sao mà. Đừng bận tâm quá.

4 A 私は外国語を勉強する**の**が好きなんです。
　B そうですか。じゃ、どんどん上手になりますよ。

A Tôi thích học ngoại ngữ
B Thế hả. Thế thì sẽ nhanh giỏi thôi.

5 A これの小さい**の**はないですか。
　B 少々お待ちください。在庫を確認いたします。

A Có cái bé hơn không ạ?
B Xin đợi một chút ạ. Tôi kiểm tra kho.

6 A コーヒーは、あったかい**の**、冷たい**の**、どっちがいいですか。
　B あったかい**の**をお願いします。

A Anh uống cà phê nóng hay lạnh?
B Cho tôi xin loại nóng.

7 A 重そうだね。持つ**の**、手伝おうか。
　B ありがとう。でも、大丈夫。

A Trông nặng nhỉ. Để tớ giúp cầm cho.
B Cám ơn cậu nhưng không sao đâu.

B [NA／N＋な]＋の

8 A うちの部長、元気な**の**はいいけど、声が大きすぎる。
　B そう、そう。周りがちょっと迷惑。

A Trưởng phòng mình lúc nào cũng phơi phới thì tốt đấy nhưng nói to quá.
B Ừ, hơi phiền nhỉ.

PART1
日本語会話の最重要文型 8

PART2
日本語会話の基本文型 80

主に動詞につくもの

主に名詞につくもの

主に形容詞につくもの

文の前につくもの

文の終わりにつくもの

会話をつなぐもの

こそあど

いろいろな形につくもの

CD
8

8 ちょっと遅れる<u>って</u>

chotto okureru-tte

（ちょっと遅れますと）

● ●

〜って（引用・強調）　**(Trích dẫn, nhấn mạnh)**

Ⓐ さくらさんがちょっと遅れる<u>って</u>言ってました。

Ⓑ そうですか。じゃ、待ちましょう。

Ⓐ Chị Sakura nói rằng đến muộn một chút.
Ⓑ Thế hả. Thế chúng ta đợi thôi.

意味・　「〜と言う」の「と」が会話の中で「って」に変化したものです。また、
使う場面　動詞の「言う」が省略される場合Ⓒも見られます。

Đây là cách nói biến thể trong hội thoại của " と " trong " と言う ". Ngoài ra cũng có thể thấy trường hợp động từ " 言う " được lược bỏ như trong trường hợp Ⓒ.

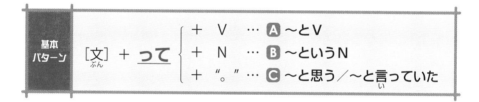

基本 パターン	［文］ + <u>って</u>	⎧ + V　　…　Ⓐ 〜とV
		+ N　　…　Ⓑ 〜というN
		⎩ + "。"　…　Ⓒ 〜と思う／〜と言っていた

ポイント　「〜という」の意味で「こと」などに付く場合もあります（⇒「〜ってこと」）。「心配ないよ。間に合う**って**」のように**強調**に使われる場合は、「**〜と思うよ**」の意味です。

Cũng có trường hợp dùng kèm từ " こと " với nghĩa " という " (⇒ 「ってこと」). Trường hợp dùng với nghĩa nhấn mạnh như trong câu " 心配ないよ。間に合うって " thì có ý nghĩa là " と思うよ ".

A ～とV

1　A 日本に来て最初のころは不安だった？
　　B はい。毎日国に帰りたい**って**思ってました。

　A Hồi mới đến Nhật em có bất an không?
　B Có ạ. Ngày nào em cũng nghĩ rằng muốn được về nước.

2　A ABC のコンサートに行くの？
　　B ええ。友だちに一緒に行こう**って**誘われたんです。

　A Cậu đi nghe buổi hòa nhạc ABC hả?
　B Ừ. Vì bạn rủ đi cùng đi.

3　A 会場は本館の３階だ**って**聞いたんですが。
　　B すみません、変更になったんです。

　A Nghe nói hội trường ở tầng 3 tòa chính mà.
　B Xin lỗi đã thay đổi địa điểm rồi ạ.

B ～というN

4　A ここのパンはすごくおいしい**って**評判なんです。
　　B そうなんですか。食べてみたいですね。

　A Bánh mì ở đây nổi tiếng là rất ngon đấy.
　B Thế sao. Tớ muốn ăn thử quá.

5　A 中止**って**ことは、反対が出たってことかなあ。
　　B うん。きっとそうだよ。

　A Hủy có nghĩa là có người phản đối hay sao?
　B Ừ. Chắc là thế rồi.

C ～と思う／～と言っていた

6　A 無理しちゃだめだよ。今日は休んだほうがいい**って**。
　　B わかった。そうするよ。

　A Không nên cố quá. Hôm nay nên nghỉ đi thì hơn mà.
　B Tớ biết rồi. Tớ sẽ làm thế.

7　A 今日は時間がないから、別の日にしてくれ**って**。
　　B え？　彼、また逃げたな。

　A Anh ta nói hôm nay không có thời gian nên để hôm khác đi.
　B Ủa? Anh ta lại chạy trốn à.

8　A 田中さんたち、先に行ったよ。後から来て**って**。
　　B え？　もう行っちゃったんですか。冷たいなあ。

　A Bọn chị Tanaka đi trước rồi. Chị ấy bảo đến sau nhé.
　B Ủa? Đã đi rồi á. Quá đáng thế.

会話練習

ウォーミング アップ

「PART2 基本文型 80」に入る前にもう一度、問題を解きながら、「最重要文型 8」の意味や使い方を確認しましょう。
→答えは p.42

第1回

ドリル A 次の（　　　）に入る最も適当な語を 1～3 の中から 1 つ選びましょう。

1　A：試験、不合格だったよ。
　　B：そうか。だめだった（　　　　）。　　　1 か　　2 よ　　3 ね

2　A：駅はこっちです（　　　　）。
　　B：ええ、そうです。　　　　　　　　　　　1 ね　　2 よ　　3 って

3　A：田中さんから電話で、30 分遅れる（　　　　）。
　　B：そう。じゃ、先に食べ始めようか。　　　1 って　2 ね　　3 よね

4　A：ねえ、この曲、知ってる（　　　　）。
　　B：うん、前によく聞いてたよ。　　　　　　1 か　　2 よ　　3 よね

ドリル B 次の（　　　）の中の 2 つの言葉を適当な形に変えて文にしましょう。

5　A：ここで（　写真／とる　）。
　　B：いいね。そうしよう。

　　1 写真とった　　　　　2 写真とれる　　　　　3 写真とろうか

6　A：切符の（　買い方／わかる　）ですが。
　　B：ああ、ここにお金を入れるんですよ。

　　1 買い方がわからない　2 買い方がわからないん　3 買い方がわかるん

ドリル C 次の（　　　）に入る適当な文を 1～3 から 1 つ選びましょう。

7　A：試合、勝てなかったんですか。（　　　　　　　　）。
　　B：ええ、ほんとに残念です。

　　1 残念でしたか　　　　2 残念でしたね　　　　3 残念でしたの

8　A：ちょっと手伝ってくれませんか。
　　B：ええ、（　　　　　　　　）。

　　1 いいですか　　　　　2 いいですね　　　　　3 いいですよ

PART1
日本語会話の最重要文型8

PART2
日本語会話の基本文型80

主に動詞につくもの

主に名詞につくもの

主に形容詞につくもの

文の前につくもの

文の終わりにつくもの

会話をつなぐもの

こそあど

いろいろな形につくもの

第2回
だい　　かい

正解
／8

ドリルA 次の（　　）に入る最も適当な語を1～3の中から1つ選びましょう。
つぎ　　　　　　　　　はい　もっと　てきとう　ご　　　　　　　　なか　　　　　えら

1 A：これ、捨てに行こう（　　　　）。
　　　　　す　　　い
　B：あ、行ってくれる？　じゃ、お願い。　　1 か　　2 って　3 の
　　　　　い　　　　　　　　　　　　　　ねが

2 A：暑いです（　　　　）、今日は。
　　　あつ　　　　　　　　　きょう
　B：もう夏ですね。　　　　　　　　　　　1 ね　　2 の　　3 よ
　　　　　なつ

3 A：国に帰りたくなることがありますか。
　　　くに　かえ
　B：初めは毎日帰りたい（　　　　）思いました。
　　　はじ　　まいにちかえ　　　　　　　　おも
　　　　　　　　　　　　　　　　　　　　1 か　　2 って　3 んだ

4 A：会議は来週火曜日です（　　　　）。
　　　かいぎ　らいしゅうかようび
　B：ええ、そうです。　　　　　　　　　　1 ね　　2 よ　　3 んだ

ドリルB 次の（　　）の中の2つの言葉を適当な形に変えて文にしましょう。
つぎ　　　　　　　なか　　　　　ことば　てきとう　かたち　か　　　ぶん

5 A：それ、小説？　熱心に読んでるけど。
　　　　　しょうせつ　ねっしん　よ
　B：うん、（　すごく／面白い　）。
　　　　　　　　　　　　おもしろ
　1 すごく面白いか　　2 すごくて面白いだ　　3 すごく面白いんだ
　　　　おもしろ　　　　　　　おもしろ　　　　　　　おもしろ

6 A：重そうだね。（　運ぶ／手伝う　）
　　　おも　　　　　はこ　てつだ
　B：ありがとう。でも、大丈夫。
　　　　　　　　　　　だいじょうぶ
　1 運ぶの手伝うか　　2 運ぶの手伝おうか　　3 運んで手伝うか
　　はこ　てつだ　　　　　はこ　てつだ　　　　　はこ　てつだ

ドリルC 次の（　　）に入る適当な文を1～3から1つ選びましょう。
つぎ　　　　　　　はい　てきとう　ぶん　　　　　　えら

7 A：これとこれ、どっちにする？
　B：ああ、（　　　　　　　　　）。
　1 どっちがいいね　　2 どっちがいいよ　　3 どっちでもいいよ

8 A：この本、面白そうだけど、2,000円は高いよ。
　　　　ほん　おもしろ　　　　　　　　えん　たか
　B：（　　　　　　　　　）。
　1 そうだって　　　2 そうだったの　　　3 そうだよね

正解
／8

ドリル A 次の（　　）に入る最も適当な語を1～3の中から1つ選びましょう。
つぎ　　　　　　　　　　　　もっと てきとう ご　　　　　　なか　　　　　えら

1 A：交通事故が多いから、気をつけてください（　　　）。
こうつう じ こ　おお　　　　　　き

B：はい、気をつけます。　　　　　　　　　　1 か　　2 ね　　3 の
き

2 A：ねえ、もう帰ろう。7時過ぎてる（　　　）。
かえ　　　じ す

B：そうだね。ごめん、ごめん。　　　　　　　1 の　　2 か　　3 よ

3 A：会場は本館の3階だ（　　　）聞いたんだけど。
かいじょう ほんかん　かい　　　　　　　き

B：それが変更になったんだ。　　　　　　　　1 か　　2 って　3 の
へんこう

4 A：彼、元気な（　　　）はいいけど、声が大きすぎるね。
かれ げんき　　　　　　　　　　　　　こえ おお

B：そうそう。　　　　　　　　　　　　　　　1 だ　　2 ね　　3 の

ドリル B 次の（　　）の中の2つの言葉を適当な形に変えて文にしましょう。
つぎ　　　　　　なか　　 こと ば てきとう かたち か　　ぶん

5 A：コーヒーは（　冷たい／いい　）？
つめ

B：うん、そうだね。

1 冷たいがいい　　　　2 冷たいでいい　　　　3 冷たいのがいい
つめ　　　　　　　　　　つめ　　　　　　　　　　つめ

6 A：ABC のコンサートに行くの？
い

B：うん、友達に（　行く／誘う　）んだ。
ともだち　　　　 い　　さそ

1 行くか誘われた　　　2 行くのを誘われた　　3 行こうって誘われた
い　さそ　　　　　　　　い　　　さそ　　　　　　　い　　　　さそ

ドリル C 次の（　　）に入る適当な文を1～3から1つ選びましょう。
つぎ　　　　　　 はい てきとう ぶん　　　　　えら

7 A：昨日はどうして来なかったの？
きのう　　　　　　 こ

B：ちょっと（　　　　　　　　　　）。

1 用事があったか　　　2 用事があるんだ　　　3 用事があったんだ
ようじ　　　　　　　　　ようじ　　　　　　　　　ようじ

8 A：あの店、今日、休みなんだ。
みせ きょう やす

B：うん。（　　　　　　　　　　　）。

1 困ったか　　　　　　2 困ったよ　　　　　　3 困ってるよね
こま　　　　　　　　　 こま　　　　　　　　　 こま

第4回
<small>だい かい</small>

PART1
日本語会話の最重要文型 8

PART2
日本語会話の基本文型 80

主に動詞につくもの

主に名詞につくもの

主に形容詞につくもの

文の前につくもの

文の終わりにつくもの

会話をつなぐもの

こそあど

いろいろな形につくもの

ドリル A　次の（　　）に入る最も適当な語を1～3の中から1つ選びましょう。
<small>つぎ　　　　　　　　　はい　もっと　てきとう　ご　　　　　なか　　　　　えら</small>

1 A：合計、合ってます（　　　）。
<small>ごうけい　あ</small>
　　B：はい。確認しました。
<small>かくにん</small>　　　　　　　　1 の　　2 よ　　3 よね

2 A：中止（　　　）ことは、何か問題があったのかな。
<small>ちゅうし</small>　　　　　　　　　　<small>なに　もんだい</small>
　　B：きっとそうだよ。　　　　　　　　　1 だ　　2 って　　3 んだ

3 A：この花、どこに置けばいい（　　　）？
<small>はな　　　　　お</small>
　　B：ああ、その辺に置いてくれる？　　1 の　　2 よ　　3 よね
<small>へん　お</small>

4 A：電話、出てくれない？　今、手が離せない（　　　）。
<small>でん わ　で　　　　　　　いま　て　はな</small>
　　B：ああ、いいよ。　　　　　　　　　1 ね　　2 の　　3 よ

ドリル B　次の（　　）の中の2つの言葉を適当な形に変えて文にしましょう。
<small>つぎ　　　　　　なか　　　　　ことば　てきとう　かたち　か　　　　ぶん</small>

5 A：（　さわる／だめ　）、危ないから。
<small>あぶ</small>
　　B：ごめんなさい。
　　1 さわっちゃだめだよ　2 さわってだめだよ　　3 さわるはだめだよ

6 A：野菜も（　ちゃんと／食べる　）。
<small>や さい　　　　　　　　　た</small>
　　B：言われなくても食べてるよ。
<small>い　　　　　　　　た</small>
　　1 ちゃんと食べたね　2 ちゃんと食べてね　3 ちゃんと食べるよ
<small>た　　　　　　　　た　　　　　　　　　た</small>

ドリル C　次の（　　）に入る適当な文を1～3から1つ選びましょう。
<small>つぎ　　　　　　　はい　てきとう　ぶん　　　　えら</small>

7 A：じゃ、私たちは先に行ってますね。
<small>わたし　　　さき　い</small>
　　B：はい、（　　　　　　　　）。
　　1 そうしてください　　2 そうしましょう　　　3 そうしよう

8 A：この店、おいしかったね。
<small>みせ</small>
　　B：うん、（　　　　　　　　）。
　　1 また来るって　　　　2 また来るよ　　　　3 また来ようね
<small>く　　　　　　　　く　　　　　　　　こ</small>

第5回
<ruby>第<rt>だい</rt></ruby>5<ruby>回<rt>かい</rt></ruby>

正解 ／8

ドリル A 次の（　）に入る最も適当な語を1〜3の中から1つ選びましょう。
<ruby>次<rt>つぎ</rt></ruby>の（　）に<ruby>入<rt>はい</rt></ruby>る<ruby>最<rt>もっと</rt></ruby>も<ruby>適当<rt>てきとう</rt></ruby>な<ruby>語<rt>ご</rt></ruby>を1〜3の<ruby>中<rt>なか</rt></ruby>から1つ<ruby>選<rt>えら</rt></ruby>びましょう。

1 A：まじめな相談なんだから、ちゃんと聞いて（　　　）。
　　　　　<ruby>相談<rt>そうだん</rt></ruby>　　　　　　　　<ruby>聞<rt>き</rt></ruby>
　 B：ごめん、ごめん。　　　　　　　　1 か　　2 の　　3 よ

2 A：今日はかさ、いらない（　　　）。
　　　<ruby>今日<rt>きょう</rt></ruby>
　 B：そうね。いらないと思う。　　　　1 って　2 ね　　3 の
　　　　　　　　　　　　<ruby>思<rt>おも</rt></ruby>

3 A：ここのラーメンはすごくおいしい（　　　）評判だよ。
　　　　　　　　　　　　　　　　　　　　　　　<ruby>評判<rt>ひょうばん</rt></ruby>
　 B：そう。今度、食べてみよう。　　　1 って　2 の　　3 んだ
　　　　　<ruby>今度<rt>こんど</rt></ruby>　<ruby>食<rt>た</rt></ruby>

4 A：次のバスまでだいぶ時間があるね。
　　　<ruby>次<rt>つぎ</rt></ruby>　　　　　　　<ruby>時間<rt>じかん</rt></ruby>
　 B：うん。どうしよう（　　　）。　　1 か　　2 よ　　3 よね

ドリル B 次の（　）の中の2つの言葉を適当な形に変えて文にしましょう。
<ruby>次<rt>つぎ</rt></ruby>の（　）の<ruby>中<rt>なか</rt></ruby>の2つの<ruby>言葉<rt>ことば</rt></ruby>を<ruby>適当<rt>てきとう</rt></ruby>な<ruby>形<rt>かたち</rt></ruby>に<ruby>変<rt>か</rt></ruby>えて<ruby>文<rt>ぶん</rt></ruby>にしましょう。

5 A：（　これ／小さい　）、ないですか。
　　　　　　　　　　<ruby>小<rt>ちい</rt></ruby>
　 B：少々お待ちください。在庫を確認します。
　　　<ruby>少々<rt>しょうしょう</rt></ruby><ruby>待<rt>ま</rt></ruby>　　　<ruby>在庫<rt>ざいこ</rt></ruby>　<ruby>確認<rt>かくにん</rt></ruby>
　 1 これが小さいの　　2 これの小さいの　　3 これの小さいは
　　　　　<ruby>小<rt>ちい</rt></ruby>　　　　　　　<ruby>小<rt>ちい</rt></ruby>　　　　　　　<ruby>小<rt>ちい</rt></ruby>

6 A：森さんが、今日は時間がないから（　明日／会う　）って。
　　　<ruby>森<rt>もり</rt></ruby>　　<ruby>今日<rt>きょう</rt></ruby>　<ruby>時間<rt>じかん</rt></ruby>　　　　　<ruby>明日<rt>あした</rt></ruby>　<ruby>会<rt>あ</rt></ruby>
　 B：わかった。
　 1 明日会い　　　　　　2 明日会おう　　　　3 明日会わなくて
　　　<ruby>明日<rt>あした</rt></ruby><ruby>会<rt>あ</rt></ruby>　　　　　　<ruby>明日<rt>あした</rt></ruby><ruby>会<rt>あ</rt></ruby>　　　　　<ruby>明日<rt>あした</rt></ruby><ruby>会<rt>あ</rt></ruby>

ドリル C 次の（　）に入る適当な文を1〜3から1つ選びましょう。
<ruby>次<rt>つぎ</rt></ruby>の（　）に<ruby>入<rt>はい</rt></ruby>る<ruby>適当<rt>てきとう</rt></ruby>な<ruby>文<rt>ぶん</rt></ruby>を1〜3から1つ<ruby>選<rt>えら</rt></ruby>びましょう。

7 A：ハワイは初めてですか。
　　　　　　　　<ruby>初<rt>はじ</rt></ruby>
　 B：（　　　　　　　）。うれしくて、うれしくて。
　 1 そうですか　　　　2 そうですって　　　3 そうなんです

8 A：このかさ、借りてもいいんですね。
　　　　　　　<ruby>借<rt>か</rt></ruby>
　 B：はい、（　　　　　　　）。どうぞ。
　 1 いいって　　　　2 いいですよ　　　3 いいんだ

第6回

正解 ／8

PART1
最重要文型 8
日本語会話の

PART2
日本語会話の基本文型 80

主に動詞につくもの

主に名詞につくもの

主に形容詞につくもの

文の前につくもの

文の終わりにつくもの

会話をつなぐもの

こそあど

いろいろな形につくもの

ドリル A　次の（　　）に入る最も適当な語を1〜3の中から1つ選びましょう。

1　A：このペン、ちょっと借りる（　　　）。
　　B：ああ、いいよ。　　　　　　　　　　　1 か　　2 の　　3 よ

2　A：ああ、ここ（　　　）、テレビに出てた店。
　　B：そうだね。ここだね。　　　　　　　　1 か　　2 の　　3 んだ

3　A：風邪引いてるんだから、無理しちゃ、だめだ（　　　）。
　　B：うん、じゃ、先に帰る。　　　　　　　　1 か　　2 の　　3 よ

4　A：彼女が人の悪口を言う（　　　）聞いたことがない。
　　B：そうだね。　　　　　　　　　　　　　1 か　　2 の　　3 んだ

ドリル B　次の（　　）の中の2つの言葉を適当な形に変えて文にしましょう。

5　A：これを明日までに（　やる／無理　）でしょう。
　　B：そうですね。多すぎますね。
　　1 やると無理　　　　　　2 やるには無理　　　　　3 やるのは無理

6　A：（　会長／入院する　）、知ってる？
　　B：ううん、知らない。
　　1 会長が入院したの　　2 会長が入院しての　　3 会長が入院するかの

ドリル C　次の（　　）に入る適当な文を1〜3から1つ選びましょう。

7　A：今度引っ越したところは、学校から遠くなかったよね。
　　B：うん、そんなに（　　　　　　　　）。
　　1 遠くないよ　　　　　　2 遠くなかったよ　　　3 遠くなったよ

8　A：無理しちゃだめ。今日は休んだほうがいいよ。
　　B：わかった。じゃ、（　　　　　　　　）。
　　1 そうするよ　　　　　　2 それがいい　　　　　3 そうなんだ

39

いつでもどこでも——

「どうも」, từ đa năng dùng mọi lúc mọi nơi

特に大人同士の会話では、「どうも」という言葉が実に多く使われます。「どうも」には、いくつかの用法があります。多くは軽い表現ですが、次の④のように丁寧な用法もあります。

Từ 「どうも」 đặc biệt được dùng nhiều trong giao tiếp của người lớn. 「どうも」 có vài cách dùng, đa số là cách nói ngắn gọn nhưng cũng có cách dùng khá trang trọng như trường hợp số ④ dưới đây

① 感謝する——「どうもありがとう」の略

Cảm tạ —— Rút gọn của 「どうもありがとう」

「どうもありがとう」あるいは「ありがとうございます」を短くして「どうも」と言うことがあります。通路のドアを押さえてもらったときなど、軽く「どうも」と言います。

「どうもありがとう」 hay 「ありがとうございます」 khi nói theo cách rút gọn sẽ nói 「どうも」. Chẳng hạn khi được giữ cửa cho thì bạn chỉ cần nói ngắn ngọn 「どうも」.

② 謝る——「どうも失礼しました」の略

Xin lỗi —— Rút gọn của 「どうも失礼しました」

大きなミスをして謝るときは、「どうも失礼しました」「どうぞお許しください」などと丁寧な表現を使わなければなりませんが、軽く謝るとき——例えば人にちょっとぶつかったときなど——は、「どうも」がよく使われます。

Khi xin lỗi lúc phạm lỗi lớn, chúng ta phải dùng cách nói trang trọng như 「どうも失礼しました」 「どうぞお許しください」 nhưng khi xin lỗi ngắn gọn, chẳng hạn khi va vào ai đó, thì thường dùng câu 「どうも」 là được.

一便利な言葉「どうも」

③ あいさつをする
Câu chào

　会社員など、「先日はどうも失礼しました」の意味で「先日はどうも」などと言います。また、「こんにちは」の代わりに「どうも」や「どうもどうも」と言うこともあります。ただし、この使い方は、女性はあまりしないようです。丁寧な感じがしないからでしょう。

Nhân viên công ty thường hay nói「先日はどうも」với nghĩa「先日はどうも失礼しました」. Ngoài ra cũng nói「どうも」hay「どうもどうも」thay cho「こんにちは」. Tuy nhiên nữ giới ít dùng cách nói này. Có lẽ do cách nói này không tạo cảm giác trang trọng.

④ 丁寧な「どうも」
Mang ý nghĩa trang trọng

　「どうも」は、たいてい軽い調子で発音しますが、丁寧にしたい場合は「どおおも」と長くゆっくり発音します。おじぎをしながら言うこともあります。

「どうも」thường được phát âm nhẹ nhưng trong trường hợp trang trọng thì phát âm từ từ và kéo dài. Thường vừa nói vừa kèm theo động tác cúi đầu.

ウォーミングアップ の答え

第1回

ドリル A

1 | 1
2 | 1
3 | 1
4 | 3　同意を求める「よ
ね」→「うん (YES)」

ドリル B

5 | 3
6 | 2　困っている状況を
理解してほしい。

ドリル C

7 | 2　相手と同じような
気持ちだと伝える。
8 | 3

第2回

ドリル A

1 | 1
2 | 1
3 | 2
4 | 1　再確認する。

ドリル B

5 | 3　「面白いから読んで
いる」ことを伝えた
い。
6 | 2　運ぶの＝運ぶこと。
「～を」の「を」が省
略されている。

ドリル C

7 | 3
8 | 3

第3回

ドリル A

1 | 2
2 | 3
3 | 2　元の形は「～と聞
く」。
4 | 3。

ドリル B

5 | 3
6 | 3

ドリル C

7 | 3
8 | 2　自分の不満を) 相手
にアピールする感
じ。

第4回

ドリル A

1 | 3　相手に確認を求め
る。
2 | 2　元は「中止というこ
とは…」。
3 | 1
4 | 2　ここでは「～んで
す」も同じ意味。

ドリル B

5 | 1
6 | 2　確かにするため、
もう一度注意する。

ドリル C

7 | 1
8 | 3　A は同意してほし
い。

第5回

ドリル A

1 | 3
2 | 2
3 | 1
4 | 1

ドリル B

5 | 2　「の」の後に「は」が
省略されている。
6 | 2

ドリル C

7 | 3　「N＋な＋んです」
の形。
8 | 2　「～よ」で、相手に
はっきり伝える。

第6回

ドリル A

1 | 3
2 | 1　自分自身に質問を
し確認する感じ。
3 | 3
4 | 2

ドリル B

5 | 3
6 | 1

ドリル C

7 | 1
8 | 1

PART2

日本語会話の
にほんごかいわ
基本文型 80
きほんぶんけい

PART2
80 mẫu câu cơ bản trong hội thoại tiếng Nhật

9 集合時間、わかっ**てる**？
<しゅう ごう じ かん>

shuugoo-jikan, wakatte-ru?

（集合時間は、わかっていますか）
<しゅうごう じ かん>

〜てる　　　　　　　　　Đang 〜

Ⓐ 明日の集合時間、わかっ**てる**？
<あ した　しゅうごう じ かん>

Ⓑ わかっ**てる**よ。

Ⓐ Cậu có biết giờ tập trung ngày mai không?
Ⓑ Tớ biết chứ.

意味・
使う場面

ある**動作が続いている**ことを表します。また、**その状態が続いている**
　　　　　　　　　　<あらわ>
ことを表します。「**〜ている**」「**〜ていた**」などの「**い**」は**会話では発音**
　<あらわ>　　　　　　　　　　　　　　　　　　　　　　　　　　<かい わ>　<はつおん>
されず、「**〜てる**」「**〜てた**」のように**聞こえる**ことが多いです。
　　　　　　　　　　　　　　　　　<き>　　　　　　<おお>

Thể hiện một hành động đang tiếp diễn. Hoặc thể hiện trạng thái đó vẫn đang tiếp tục.
" い " trong các cách nói " 〜ている " " 〜ていた " không được phát âm trong hội thoại nên
thường nghe như là " 〜てる " " 〜てた ".

基本
パターン

　［て形］＋ **(い)る**
　　　<けい>
　〜ている→〜てる　〜でいる→〜でる
　〜ていた→〜てた　〜でいた→〜でた

Ⓐ **動作の継続**
　　<どう さ>　<けいぞく>
Ⓑ **状態の継続**
　　<じょうたい>　<けいぞく>
Ⓒ **くり返し**
　　　　<かえ>

ポイント

「食べる」「読む」など「続く動作を表す動詞」が前に来ると「**動作の**
　<た>　　<よ>　　　　<つづ>　<どう さ>　<あらわ>　<どう し>　　　<まえ>　<く>　　　　　　　<どう さ>
継続」を表し、「開ける」「結婚する」など「一回の動作を表す動詞」
<けいぞく>　<あらわ>　<あ>　　　<けっこん>　　　　　<いっかい>　<どう さ>　<あらわ>　<どう し>
が前に来ると「**状態の継続**」を表します。
　<まえ>　<く>　　　<じょうたい>　<けいぞく>　<あらわ>

Nếu đi với các "động từ thể hiện động tác liên tục" như " 食べる " " 読む " thì có ý nghĩa
chỉ "sự liên tục của hành động. Còn nếu đi với các "động từ thể hiện động tác một lần"
như " 開ける " " 結婚する " thì có ý nghĩa thể hiện "sự liên tục của trạng thái".

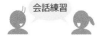

A 動作の継続 Động tác tiếp diễn

1 A 何見**てる**の？
B これ？ 旅行のパンフレット。

Ａ Đang xem gì vậy?
Ｂ Cái này á? Tờ rơi du lịch ấy mà.

2 （電話で）
A 今どこ？ みんな待っ**てる**よ。
B ごめん、すぐ行く。

（Điện thoại)
Ａ Cậu đang ở đâu? Mọi người đang đợi đấy.
Ｂ Xin lỗi tớ đi ngay đây.

3 A 昨日は何し**てた**の？
B 特に何もしてません。部屋の掃除したり買い物したりしてました。

Ａ Hôm qua cậu đã làm gì?
Ｂ Không có gì đặc biệt cả. Tớ dọn phòng này, đi mua sắm này.

B 状態の継続 trạng thái tiếp diễn

4 A この写真の人、知っ**てる**？
B 知ってるよ。サッカー選手でしょ。

Ａ Cậu biết người trong ảnh không?
Ｂ Biết chứ. Là cầu thủ bóng đá đúng không?

5 A もう ＊お昼食べた？
B ううん、まだ食べ**てない**。

Ａ Cậu ăn trưa chưa?
Ｂ Chưa, tớ chưa ăn.

6 A けさ電話したんだけど、出かけ**てた**？
B うん、ちょっと外に出てた。

Ａ Sáng nay tớ gọi điện nhưng cậu đi ra ngoài à?
Ｂ Ừ, tớ ra ngoài một chút.

7 A この虫、死ん**でる**。
B えっ、まだ生き**てる**よ。

Ａ Con sâu này chết rồi.
Ｂ Gì cơ? Vẫn đang sống đấy chứ.

C くり返し Lặp đi lặp lại

8 A パンはいつもどこで買っ**てる**の？
B 私はフランス屋で買っ**てる**よ。

Ａ Cậu thường mua bánh mì ở đâu?
Ｂ Tớ hay mua ở tiệm Furansuya.

MEMO **5** お昼：「お昼ごはん」を短くした言い方。

45

10 コピーし**といて**くれない？

kopii shitoite-kurenai?
（コピーしておいてくれませんか）

●●●●●●●●●●●●●●●●●●●●●●●●●●●●●●●●

〜とく　　　　　　　　làm 〜 sẵn/ trước

Ⓐ 会議の前に、これを 10 部コピーし**といて**くれない？
　(かいぎ)(まえ)　　　　　　　(ぶ)

Ⓑ わかりました。

Ⓐ Trước cuộc họp copy trước cho tôi 10 bản này được không?
Ⓑ Vâng

意味・
使う場面
「**〜ておく**」が短くなった形です。「**後で起こること・起こるかもしれ**
　　　　　　　　　　(かたち)　　　　(あと)(お)
ないことのために、何かをする」ことを表します（Ⓐ 準備）。また、「**そ**
　　　　　　　　(なに)　　　　　　(あらわ)　　　　　(じゅんび)
のままの状態にする」ことも表します（Ⓑ 放置）。
　　　(じょうたい)　　　　　　(あらわ)　　　(ほうち)

Là cách nói ngắn của " 〜ておく ". Thể hiện ý "làm việc gì đó để chuẩn bị cho việc sẽ hoặc
có thể xảy ra sau đó" (Ⓐ chuẩn bị). Ngoài ra cũng có ý nghĩa "để nguyên ở trạng thái đó"
(Ⓑ để nguyên)

基本
パターン
[V‑て] + **とく**
{ Ⓐ 準備 (じゅんび)
Ⓑ 放置（そのままにする）(ほうち)

ポイント
「てお」が「と」になるだけですが、聞こえてくる音はかなり変わっ
てしまいます。それぞれの活用形がどんな音になるか、確認しておき
　　　　　　　　　　(かつようけい)　　(おと)　　　　　(かくにん)
ましょう。

" てお " biến âm thành " と " nhưng âm nghe được khác hẳn. Hãy thử xem với mỗi loại
động từ thì biến âm như thế nào nhé.

PART1
日本語会話の最重要文型8

PART2
日本語会話の基本文型80

主に動詞につくもの

主に名詞につくもの

主に形容詞につくもの

文の前につくもの

文の終わりにつくもの

会話をつなぐもの

こそあど

いろいろな形につくもの

A 準備 Chuẩn bị

1 A 読んだ本は元の場所に戻し**といて**ね。
　 B わかりました。

A Sách đọc xong nhớ để vào chỗ cũ nhé.
B Vâng.

2 A お客さんが来るから、飲み物を冷やし**と
こう**。
　 B そうだね。

A Khách sắp đến nên ướp lạnh trước đồ uống đi.
B Vâng.

3 A お店、予約し**といて**くれる？
　 B わかった。やっとくよ。

A Đặt hẹn trước quán đó cho tôi nhé.
B Vâng. Tôi làm đây ạ.

4 A 迷うといけないから、地図を書い**とく**よ。
　 B ありがとう。

A Sợ lạc nên tôi vẽ luôn bản đồ nhé.
B Cám ơn cậu.

5 A 田中さんにはぼくから話し**とく**よ。
　 B うん、お願い。

A Để tôi nói chuyện trước với anh Tanaka.
B Ừ, nhờ cậu.

6 A 集合時間が変わったこと、みんなに
伝え**といて**。
　 B わかりました。

A Báo trước với mọi người thời gian tập trung thay đổi nhé.
B Vâng.

B 放置 Để nguyên

7 A 窓、閉めましょうか。
　 B いえ、そのまま開け**といて**ください。

A Để tôi đóng cửa sổ nhé.
B Không, cứ mở nguyên như thế đi.

8 A コップ、洗いましょうか。
　 B ＊いいですよ。後でやりますから、
置い**といて**ください。

A Để tôi đi rửa cốc.
B Không cần đâu. Tôi sẽ làm sau nên cứ để đó đi.

MEMO **8** いい：この「いい」は「そうしなくていい」という意味。

11 彼女にしゃべっ**ちゃった**の！？
かのじょ
kanojo-ni shabecchatta-no?
（彼女に話してしまったのですか）
かのじょ　　はな

● ●

〜ちゃう／〜じゃう　　～ mất rồ/ ~ luôn rồi.

Ⓐ えっ、あのこと、彼女にしゃべっ**ちゃった**の！？
かのじょ

Ⓑ ごめん。ついうっかり。

Ⓐ ひどーい！

Ⓐ Gì? Cậu nói chuyện đó với cô ấy mất rồi à?
Ⓑ Xin lỗi tớ lỡ miệng.
Ⓐ Quá đáng!

意味・
使う場面

会話では「**〜てしまう**」が短く「**〜ちゃう**」と発音されることがよく
かいわ　　　　　　　　　　　　みじか　　　　　　　　　　はつおん
あります。「**すっかり終わった**」という意味の場合もありますが、「**残**
お　　　　　　　　　　いみ　　ばあい　　　　　　　　　　　ざん
念だ」という気持ちを表す場合が多いです。
ねん　　　　　きも　　　あらわ　ばあい　おお

Trong hội thoại thường phát âm cách nói「〜てしまう」ngắn lại thành「〜ちゃう」. Cách nói này cũng có nghĩa "xong hết rồi" nhưng nghĩa "đáng tiếc" thường được dùng nhiều hơn

基本パターン	[V-て] + **ちゃう／じゃう**	Ⓐ 完了 かんりょう Ⓑ 失敗・残念な結果 しっぱい ざんねん けっか

ポイント

「〜てしまう」は「〜ちゃう」に、「〜でしまう」は「〜じゃう」になります。

※丁寧に言うときは「〜てしまう」「〜でしまう」のほうを使う。
ていねい　い　　　　　　　　　　　　　　　　　　　　　　　　つか

Cách nói「〜てしまう」sẽ nói thành「〜ちゃう」, còn「〜でしまう」sẽ thành「〜じゃう」.
※ Khi nói trang trong thì thường dùng「〜てしまう」「〜でしまう」

48

会話練習

A 完了 Hoàn thành

1　A この本、一日で読ん**じゃった**よ。

　　B 一日で!?　すごいね。

　A Cuốn sách này tớ đọc xong trong 1 ngày đấy.
　B 1 ngày á? Siêu thế.

2　A 急がないと日が暮れ**ちゃう**よ。

　　B そうだね。

　A Không nhanh lại hết ngày bây giờ.
　B Ừ nhỉ.

3　A これ、残っても捨てるだけだから、
　　食べ**ちゃう**ね。

　　B うん、そうして。

　A Để thừa cũng bỏ đi thôi nên ăn luôn hết nhé.
　B Ừ, ăn đi.

4　A あと少しだから、やっ**ちゃおう**よ。

　　B そうだね。

　A Còn một chút nữa làm hết luôn nhé.
　B Ừ.

B 失敗・残念な結果 Thất bại, kết quả đáng tiếc

5　A けさ寝坊して遅刻し**ちゃった**よ。

　　B また？　早起きしたほうがいいよ。

　A Sáng nay dậy muộn nên bị chậm giờ.
　B Lại nữa à? Phải dậy sớm vào chứ.

6　A そんなことしたら、先生に怒られ**ちゃう**よ。

　　B そうかなあ。

　A Làm thế là thầy giận mất.
　B Thế á.

7　A 病院に行かないとひどくなっ**ちゃう**よ。

　　B わかった。今日行くよ。

　A Không đi bệnh viện thì nặng thêm mất thôi.
　B Biết rồi. Hôm nay tớ sẽ đi.

8　A ＊あーあ、日本、負け**ちゃった**。

　　B けっこう頑張ったんだけどね。

　A Ôi, Nhật thua mất rồi.
　B Cũng cố gắng lắm rồi.

PART1 日本語会話の最重要文型 8 の

PART2 日本語会話の基本文型 80 の

主に動詞につくもの

主に名詞につくもの

主に形容詞につくもの

文の前につくもの

文の終わりにつくもの

会話をつなぐもの

こそあど

いろいろな形につくもの

⌒MEMO

8 あーあ：残念な気持ちを表すことば。

12 ゴールに入ったところ

gooru-ni haitta tokoro

（ちょうどゴールに入ったときの様子）

～ところ　　　　　　　　　lúc ～

Ⓐ それ、この前の試合の写真？

Ⓑ うん。ボールがゴールに入った**ところ**を撮ったんだ。

Ⓐ Đây là ảnh trận đấu hôm trước à?
Ⓑ Ừ. Chúng được chụp lúc bóng vừa vào gôn đấy.

意味・使う場面　時間についての「ところ（だ）」は主に、**今から「するところ」、今「しているところ」**、すでに「したところ」の３つに分けて、**その時の様子や状態**を表します。「**ちょうど～**」というニュアンスを含みます。

Cách nói " ところ（だ）" về thời gian chủ yếu được chia thành 3 dạng " するところ" chỉ tương lai " しているところ" chỉ hiện tại, " したところ" chỉ việc đã xảy ra, diễn đạt trạng thái, tình trạng tại thời điểm đó. Cách nói này bao hàm cả ý "vừa đúng lúc ~".

基本パターン

[～する]
[～している] ＋**ところ（だ）**
[～した]

…Ⓐ **直前**：今からする
…Ⓑ **途中**：今している
…Ⓒ **直後**：すでにした

ポイント　元々「ところ」は場所の意味です。**ある程度の広さを持つ場所・空間**という意味から、**少し幅のある時間**も「ところ」で言い表すようになりました。時間の流れを切り取って、その場面を表現したいときに使います。

" ところ" vốn dĩ chỉ địa điểm. Từ nghĩa địa điểm, không gian có độ rộng nhất định được phát sinh thành " ところ" chỉ một đoạn thời gian. Sử dụng khi muốn nhấn mạnh đoạn thời gian ở thời điểm muốn nói.

A 直前：今からする Ngay trước đó, bây giờ sẽ làm

1 Ⓐ みんなでお昼を食べに行く**ところ** * なんだ
けど、一緒に行かない？
Ⓑ そうなんですか。じゃあ、ぜひ。

Ⓐ Bây giờ mọi người sắp đi ăn trưa, cậu đi luôn không?
Ⓑ Thế ạ, vâng, cho em đi cùng ạ.

2 Ⓐ これから電車に乗る**ところ**だから、また後
で電話するね。
Ⓑ うん、わかった。

Ⓐ Bây giờ tôi sắp lên tàu nên tôi sẽ gọi điện thoại sau nhé.
Ⓑ Vâng.

3 Ⓐ あ、授業が終わったのかな。
Ⓑ みんな帰る**ところ**みたいね。

Ⓐ Giờ học kết thúc chưa nhỉ.
Ⓑ Có vẻ mọi người chuẩn bị về đấy.

B 途中：今している Giữa chừng, hiện tại đang làm

4 Ⓐ 論文、うまく進んでる？
Ⓑ 今まとめている**ところ**なんですが、なかな
か難しいです。

Ⓐ Luận văn ổn chứ?
Ⓑ Giờ em đang thâu tóm lại, khó phết a.

5 Ⓐ ねえ、どうするの？
Ⓑ ちょっと待ってよ。今考えてる**ところ**なん
だから。

Ⓐ Này, làm thế nào đây?
Ⓑ Đợi chút. Tớ đang nghĩ.

C 直後：すでにした Ngay sau đó, đã làm rồi

6 〈教員室で〉
Ⓐ あのう、山下先生はまだ * いらっしゃいま
すか。
Ⓑ さっき帰った**ところ**だから、急げば追いつ
きますよ。

(Tại phòng giáo viên)
Ⓐ Xin lỗi thầy Yamashira còn ở đây không ạ?
Ⓑ Thầy ấy vừa với về lúc này, đuổi theo là kịp đấy.

7 Ⓐ ごめん、ごめん。待った？
Ⓑ ううん。私も今来た**ところ**。

Ⓐ Xin lỗi xin lỗi, đợi lâu không?
Ⓑ Không. Tớ vừa mới tới thôi.

🎧**MEMO** **1** Nなんだ：「N＋んだ」の場合、「な」が付く。　⇒6「〜んだ／んです」

6 いらっしゃいます：「います」の尊敬語。 Kính ngữ của います.

13 買ったばかりなのに

katta-bakari na-noni
（買ってからそんなに時間がたっていないのに）

～たばかり　　　　　vừa mới ~

Ⓐ プリンター、買ったばかりなのに、もう壊れたの？

Ⓑ そう。まだ2回しか使ってないんだよ。

Ⓐ Máy in vừa mới mua đã hỏng rồi sao?
Ⓑ Ừ, mới dùng được có 2 lần.

意味・使う場面　ある行為や出来事のすぐ後で、**時間がほとんどたっていないこと**を表します。「（～た）ところ」（☞p.50）よりも時間的な限定・短さのニュアンスが強くなります。

Diễn đạt một hành vi hay sự việc vừa mới xảy ra chưa được bao lâu. Cách nói này nhấn mạnh vào ý giới hạn, ngắn ngủi của thời gian hơn cách nói "（～た）ところ"（☞p.50）.

基本パターン　[Vた（行為・出来事）] ＋ **ばかり（だ）**

ポイント　「まだ間もない」ことを表すので、「新しい」「慣れていない」「不十分」などのニュアンスを含みます。例えば「昨日始めたばかり」は、「始めた事実」よりも「始めて1日しかたっていないこと」を強調します。

Diễn đạt ý "chưa được bao lâu" nên bao gồm cả ý "mới" "chưa quen" "chưa đủ". Ví dụ, trong câu "きのう始めたばかり" sẽ nhấn mạnh ý "bắt đầu chỉ mới được 1 ngày" hơn là "việc mới bắt đầu".

52

1 Ａ どうですか。日本の印象は？

Ｂ けさ空港に着いた**ばかり**で、まだどこにも行ってないんです。

Ａ Ấn tượng về Nhật Bản của anh thế nào?

Ｂ Tôi vừa mới tới sân bay sáng nay nên vẫn chưa đi đâu được cả.

2 Ａ 車の免許、持ってるんでしょ。レンタカー借りて、どこか行こうよ。

Ｂ 無理、無理。まだ取った**ばかり**で、全然自信ないから。

Ａ Cậu có bằng lái xe đúng không. Thuê xe ô tô đi đâu đó đi.

Ｂ Không được đâu. Tớ vừa mới lấy bằng nên không tự tin chút nào cả.

3 Ａ そのデジカメ、最新のでしょ。どうやって撮るの？

Ｂ 買った**ばかり**で、実はまだよくわかってないんです。

Ａ Máy ảnh đời mới à. Chụp thế nào vậy?

Ｂ Mới mua nên tớ cũng chưa biết rõ ra sao cả.

4 Ａ あれ？　こんなところにマンションなんて、あったっけ？

Ｂ 今月でき**たばかり**で、まだ誰も住んでないんですよ。

Ａ Ủa, chỗ này vốn có nhà chung cư à?

Ｂ Vừa mới hoàn thành tháng này nên chưa có ai sống cả.

5 Ａ こんな難しい漢字、よく知ってたね。

Ｂ これ、最近、習った**ばかり**の漢字なんです。

Ａ Chữ Hán khó thế này mà cũng biết cơ đấy.

Ｂ Chữ này vừa mới học mới đây mà.

6 Ａ ギター習ってるそうですね。今度、聴かせてくださいよ。

Ｂ いえいえ。まだ始め**たばかり**で、人に聴かせるなんて、とんでもない。

Ａ Nghe nói cậu học ghita à. Lần tới cho tôi nghe thử đi.

Ｂ Ôi tôi vừa mới bắt đầu thôi nên không dám đánh cho ai nghe cả.

7 Ａ 引っ越し**たばかり**で全然片づいてないけど、* よかったら遊びに来て。

Ｂ いいんですか。じゃ、近いうちに。

Ａ Vừa mới chuyển nhà nên vẫn chưa sắp xếp gì cả nhưng nếu có thời gian cứ đến chơi nhé.

Ｂ Thật sao. Thế thì tôi sẽ đến chơi sớm.

🔊 **MEMO**
　7 よかったら：「あなたにとって、よかったら」という意味。

主に動詞につくもの

主に名詞につくもの

主に形容詞につくもの

文の前につくもの

文の終わりにつくもの

会話をつなぐもの

こそあど

いろいろな形につくもの

14 着いたら電話してね
tsuitara denwa-shite-ne
（着いたら電話してくださいね）

・・・・・・・・・・・・・・・・・・・・・・・・・・・・・・・

～たら／～だったら　　nếu ~ thì ~

Ⓐ 駅に着いたら電話してね。迎えに行くから。

Ⓑ わかった。

Ⓐ Đến ga thì gọi điện nhé. Tớ sẽ ra đón.
Ⓑ Ừ, tớ biết rồi.

意味・使う場面 🖉 「もし～」という仮定の場合に使います。「(もし) Ａ たら Ｂ」の形で「Ａ の場合は Ｂ」という意味を表します。動詞やイ形容詞には「～たら」、名詞やナ形容詞などには「～だったら」を使います。

Dùng trong trường hợp giả định " mоỗ～ ". Thể hiện ý nghĩa「Ａ の場合は Ｂ」bằng cách nói 「(もし) Ａ たら Ｂ」. Với động từ và tính từ thì dùng dạng " ～たら ", còn danh thì từ dùng dạng " ～だったら ".

基本パターン	
（もし）＋ ［Ｖ など］＋たら	…Ⓐ
［Ｎ など］＋だったら	…Ⓑ
［Ｖ る］＋ん＋だったら	…Ⓒ

ポイント　仮定を示すのに「～すれば」や「～すると」などの形がありますが、**会話では「～たら」が一般的**です。「～たら」には「一晩寝たら治った」のように、**仮定でなく事実を言う場合**もあります。名詞や「Ｖ る＋ん」の後には「だったら」が付きます。

Để thể hiện sự giả định thì có các cách nói " ～すれば " " ～すると " nhưng trong hội thoại thì thường dụng cách nói " ～たら ". Trong cách nói " ～たら " cũng có trường hợp không phải giả định mà là sự thực như câu " 一晩寝たら治った ". Sau danh từ hay "Ｖ る＋ん " thì thêm " だったら ".

54

A ［Vなど］＋ たら

1 Ａ ボーナスもらっ<u>たら</u>何買う？

　Ｂ そうだなあ。親に何かプレゼントを買い
　　たいな。

　Ａ Nếu nhận được tiền thưởng thì mua gì?
　Ｂ Ừm... Tớ sẽ mua gì đó tặng bố mẹ.

2 Ａ 手が空い<u>たら</u>、ちょっと手伝ってくれない？

　Ｂ いいよ。

　Ａ Nếu rảnh thì giúp tôi một chút được không?
　Ｂ Ừ được mà.

3 Ａ 暑かっ<u>たら</u>、エアコンをつけてくださいね。

　Ｂ わかりました。ありがとうございます。

　Ａ Nếu nóng thì bật điều hòa lên nhé.
　Ｂ Vâng, cám ơn chị.

4 Ａ 頭が痛いのは、一晩寝<u>たら</u>治りました。
　Ｂ それはよかったですね。

　Ａ Đau đầu nhưng ngủ một đêm thì khỏi rồi.
　Ｂ Thế thì tốt quá.

5 Ａ ここでよかっ<u>たら</u>、この次会うのも、
　　ここにしませんか。
　Ｂ いいですよ。ここにしましょう。

　Ａ Nếu ở đây ổn thì lần sau lại gặp ở đây nhé.
　Ｂ Được thôi, lần sau lại ở đây nhé.

B ［Nなど］＋ だったら

6 Ａ こういう人が友達<u>だったら</u>いいな。
　Ｂ うん。楽しそう。

　Ａ Giá người này là bạn của mình nhỉ.
　Ｂ Ừ, chắc vui lắm.

7 Ａ 着くのが遅くなるよう<u>だったら</u>、
　　連絡してください。
　Ｂ わかりました。

　Ａ Nếu đến muộn thì liên lạc với tôi.
　Ｂ Vâng.

C ［Vる］＋ ん ＋ だったら

8 Ａ 試験を受けるん<u>だったら</u>、早めに
　　準備したほうがいいよ。
　Ｂ そうですね。

　Ａ Nếu dự thi thì nên chuẩn bị sớm.
　Ｂ Vâng.

PART1
日本語会話の最重要文型 8

PART2
日本語会話の基本文型 80

主に動詞につくもの

主に名詞につくもの

主に形容詞につくもの

文の前につくもの

文の終わりにつくもの

会話をつなぐもの

こそあど

いろいろな形につくもの

15 遅れ**たり**しないでね

おく

okure-tari shinaide-ne

（遅れるようなことはしないでくださいね）
　おく

●●●●●●●●●●●●●●●●●●●●●●●●●●●●●●●●●

〜たり　　　　　　　　　　vừa 〜

Ⓐ じゃ、明日は改札に９時ね。
　　　あした　　かいさつ　　じ

Ⓑ そう。遅れ**たり**しないでね。
　　　　　おく

Ⓐ Thế mai hẹn 9h ở cửa soát vé nhé.

Ⓑ Ừ. Đừng có đến muộn hay gì đấy nhé.

意味・🔖 「ＡたりＢたり」と２回使わず、「〜**たり**」１回だけで、ほかの同じよ
使う場面　　　　　　　　　　　　かいつか　　　　　　　　　　　　　　かい　　　　　　　　　　おな
　　　うな句を暗示します。「〜するようなこと」というニュアンスを表し
　　　く　あんじ
　　　ます。

Không dùng hai lần như cách nói "ＡたりＢたり" mà chỉ dùng 1 lần "˘たり" để ám chỉ
việc tương tự khác. Thể hiện ý "việc giống như là 〜".

基本
パターン ｜ [V ~~た~~] ＋ | **たり**する　　　　　…Ⓐ
　　　　　　　　　　　　　　 | **たり**（「する」のない形）　…Ⓑ
　　　　　　　　　　　　　　　　　　　　　　けい

ポイント 「遅れ**たり**」のあとに、同じように迷惑をかける行為が含まれていま
　　　　　おく　　　　　　　　　　　　　　　　　　めいわく　　　　こうい
　　　す。「遅れないでください」「遅れないでね」という言い方は直接的で
　　　　　おく　　　　　　　　　　おく　　　　　　　　　　　い　かた　ちょくせつてき
　　　厳しい印象を与えますが、「**たり**」を使うと、その印象が弱くなります。
　　　きび　いんしょう　あた　　　　　　　　　　　　　　　　　　いんしょう　よわ
　　　注意や依頼などによく使われます。
　　　ちゅうい　いらい　　　　つか

Bao gồm cả hành động gây phiền cho người khác tương tự sau "遅れたり". Cách nói "遅
れないでください" hay "遅れないでね" là cách nói trực tiếp tạo ấn tượng nghiêm khắc
nên nếu dùng "たり" ấn tượng đó sẽ giảm xuống. Cách nói này thường được dùng khi
nhắc nhở hoặc nhờ vả.

会話練習

A ［Ｖます］＋たりする

1 A 私（わたし）もときどき会議（かいぎ）の時間（じかん）を間違（まちが）え<u>たり</u>
　　<u>します</u>。
　B ぼくもつい最近（さいきん）、間違（まちが）えました。

A Thỉnh thoảng tôi cũng hay nhầm thời gian họp.
B Tôi vừa rồi cũng mới nhầm.

2 A 大事（だいじ）な書類（しょるい）ですから、汚（よご）し<u>たりしない</u>
　　ようにお願（ねが）いします。
　B はい、気（き）をつけます。

A Đây là tài liệu quan trọng nên mong anh đừng để bị bẩn.
B Vâng. Tôi sẽ cẩn thận.

3 A 病院（びょういん）に行（い）っ<u>たりしなくて</u>いいの？
　B 大丈夫（だいじょうぶ）だよ。一晩（ひとばん）寝（ね）れば治（なお）るよ。

A Không đi bệnh viện sao?
B Không sao. Ngủ một đêm là khỏi ấy mà.

4 A 明日（あした）ひまだっ<u>たりする</u>？
　B 明日（あした）？　＊いつだってひまだよ。

A Mai có rảnh không?
B Mai á? Lúc nào mà chả rảnh.

5 A スマホ見（み）ながら歩（ある）い<u>たりしてる</u>と
　　危（あぶ）ないよ。
　B そうですね。気（き）をつけます。

A Vừa đi vừa xem điện thoại là nguy hiểm đấy.
B Ừ. Phải cẩn thận.

6 A さくらちゃん、大丈夫（だいじょうぶ）かなあ。
　　迷子（まいご）になっ<u>たりして</u>ないかなあ。
　B 大丈夫（だいじょうぶ）だよ。もう大学生（だいがくせい）なんだから。

A Sakura có vấn đề gì không nhỉ. Không biết có bị lạc không
B Yên tâm. Sinh viên rồi mà.

B ［Ｖます］＋たり

7 A 田中（たなか）さん、最近（さいきん）ちょっと変（へん）じゃない？
　B ＊そうねえ。急（きゅう）に泣（な）い<u>たり</u>ね。

A Dạo này chị Tanaka lạ nhỉ?
B Ừ. Tự dưng thì khóc nhỉ.

🎧MEMO **4** いつだって：「いつであっても、どんなときも」の意味（いみ）の会話表現（かいわひょうげん）。
　　　　7 そうねえ：「そうだ／ですねえ」が短（みじか）くなったもの。

57

主に動詞に
つくもの

主に名詞に
つくもの

主に形容詞に
つくもの

文の前に
つくもの

文の終わりに
つくもの

会話をつなぐ
もの

こそあど

いろいろな形に
つくもの

PART1
日本語会話の
最重要文型
8

PART2
日本語会話の
基本文型
80

16 右に曲がったらいい
みぎ　ま
migi-ni magattara ii
（右に曲がったらいいです）
みぎ　ま

〜といい／〜ばいい／〜たらいい　　　nên 〜

Ⓐ 駅はどっちかなあ。
えき
Ⓑ そこを右に曲がったらいいんじゃ
みぎ　ま
ない？

Ⓐ Nhà ga ở hướng nào nhi?
Ⓑ Rẽ phải ở kia là được chăng.

意味・
使う場面　　提案や助言をするときの表現です。「〜といい」「〜ばいい」「〜たら
ていあん　じょげん　　ひょうげん
いい」は同じ意味で使いますが、「〜ばいい」が少し強い感じです。
おな　いみ　つか　　　　　　　　　すこ　つよ　かん
若い人は「〜たらいい」を使うことが多いようです。
わか　ひと　　　　　　　　　つか　　　　　おお

Là cách nói khi đưa ra đề nghị hoặc lời khuyên. "〜といい" "〜ばいい" "〜たらいい"
được dùng với nghĩa giống nhau nhưng hơi mạnh "〜ばいい" mạnh hơn một chút.. Người
trẻ thường dung cách nói " 〜たらいい".

基本 パターン		
[V る]	＋ といい	…Ⓐ
[V 条件] じょうけん	＋ ばいい	…Ⓑ
[V た]	＋ たらいい	…Ⓒ

ポイント
丁寧な話し方では動詞にすぐ続けず、「お休みになったら」のように
ていねい　はな　かた　　どうし　　　つづ　　　　　　やす
「お / ご〜になる」の形に続けて使います。
かたち　つづ　つか

Trong cách nói lịch sự thường không nói tiếp nói ngay động từ mà thêm " お / ご〜になる "
như câu " お休みになったら "

 会話練習

Ⓐ [V る] ＋ **といい**

1 A すみません、急に気分が悪くなって…。
　 B 少し横になる**といい**ですよ。

> A Xin lỗi đột nhiên tôi thấy khó chịu quá...
> B Nên nằm xuống nghỉ một chút đi!

2 A また一緒に行ける**といい**ですね。
　 B ええ、ぜひ！

> A Giá lại đi cùng lần nữa nhỉ.
> B Ừ, lại đi nhé!

Ⓑ [V 条件] ＋ **ばいい**

3 〈パソコンなどの使い方〉
　 A 元に戻るときはどうすれ**ばいい**んですか。
　 B ここを押せ**ばいい**んですよ。

> (cách sử dụng máy tính)
> A Phải làm thế nào để quay về như ban đầu?
> B Nhấn vào đây là được thôi.

4 A 朝は時間がなくて、いつもあわてて出かけます。
　 B あと 10 分早く起きれ**ばいい**んだよ。

> A Buổi sáng luôn không có thời gian, lúc nào cũng vội vội vàng vàng.
> B Chỉ cần ngủ dậy sớm hơn 10 phút thôi.

5 A あのう、この書類はどこに出せ**ばいい**んでしょうか。
　 B 6 番の窓口にお出しください。

> A Tôi phải nộp giấy tờ này ở đâu ạ?
> B Quý khách hãy nộp ở cửa số 6.

Ⓒ [V た] ＋ **たらいい**

6 A 明日晴れ**たらいい**ね。
　 B うん。絶対晴れてほしい。

> A Mai mà nắng thì tốt.
> B Ừ, ước gì trời nắng.

7 A 少し休ん**だらいい**よ。疲れたでしょ。
　 B はい。じゃ、ちょっと休憩します。

> A Cậu nên nghỉ chút đi. Mệt rồi đấy.
> B Vâng, thế em nghỉ giải lao một chút.

8 〈トラブルが起きたとき〉
　 A 困ったなあ。どうし**たらいい**んだろう。
　 B 先生に相談しようか。

> (Khi xảy ra rắc rối)
> A Gay thật, làm thế nào bây giờ đây.
> B Hay thử nói chuyện với thầy giáo.

PART1 日本語会話の最重要文型 8

PART2 日本語会話の基本文型 80

主に動詞につくもの

主に名詞につくもの

主に形容詞につくもの

文の前につくもの

文の終わりにつくもの

会話をつなぐもの

こそあど

いろいろな形につくもの

17 もうすぐ降りそう

moosugu furisoo

（もうすぐ降りそうです）

• •

～そう　　　　　　　　　　Sắp ～

Ⓐ 空がだんだん暗くなってきたね。

Ⓑ うん。もうすぐ降り**そう**。

Ⓐ Trời tối dần nhỉ.
Ⓑ Ừ, chắc sắp mưa.

意味・使う場面

一つは「**～する手前だ**」という意味で、「**いつ変化が起きてもおかしくない状況**」を表します。もう一つは「（実際はわからないが）**そのように見える、思える**」という意味です。

Nghĩa đầu tiên là "Sắp làm ~, ngay trước khi làm ~", thể hiện ý "có thể xảy ra thay đổi bất cứ lúc nào". Một nghĩa nữa là "Trông như vậy, cảm thấy như vậy (dù thực tế không rõ như thế nào)".

基本パターン

［V］＋**そう**　㋑晴れそう　　…Ⓐそうなる手前の状況

［A／NA］＋**そう**　㋑難しそう、簡単そう

状態動詞［V／Vて（い）］＋**そう**　…Ⓑそのような様子

　㋑（家に）いそう、知って（い）そう

可能動詞［V］㋑読めそう、できそう

ポイント

Ⓐ「**動作や変化を表す動詞**」を使います。Ⓑ「**感情や感覚を表す形容詞**」は自分以外にはそのまま使えないので、「**～そう**」を使います。ただし、「赤い、美しい」など、表に表れていることには使いません。

Ⓐ Dùng với động từ thể hiện động tác, biến đổi. Ⓑ "Tính từ thể hiện cảm xúc, cảm giác" không dùng cho ai khác ngoài bản thân nên dùng ở dạng「～そう」. Tuy nhiên không dùng cho tính từ thể hiện rõ ra bên ngoài như「赤い、美しい」v.v....

A そうなる手前の状態 Trạng thái trước khi sự việc biến đổi

1 Ⓐ そこ、ボタンが取れ**そう**だよ。
と
　　Ⓑ あ、ほんとだ。

　　Ⓐ Nút áo kia sắp tuột kìa.
　　Ⓑ À ừ nhỉ.

2 Ⓐ この2つは名前が似てるから間違え**そう**。
なまえ　に　　　　　　まちが
　　Ⓑ 気をつけ＊ないとね。
き

　　Ⓐ Hai cái này tên giống nhau nên chắc dễ nhầm.
　　Ⓑ Phải chú ý nhỉ.

B そのような様子 Trạng thái giống như thế
ようす

3 Ⓐ ちょっと遅れ**そう**だから、先に始めてて。
おく　　　　　　　　　さき　はじ
　　Ⓑ わかった。

　　Ⓐ Chắc tớ đến hơi muộn nên mọi người cứ bắt đầu trước đi
　　Ⓑ Ừ tớ hiểu rồi.

4 Ⓐ 外、寒**そう**。
そと　さむ
　　Ⓑ あんまり外へ出たくないね。
そと　で

　　Ⓐ Ngoài trời có vẻ lạnh.
　　Ⓑ Không muốn ra ngoài chút nào nhỉ.

5 Ⓐ どう？　お金、足り**そう**？
かね　た
　　Ⓑ うん、大丈夫だと思う。
だいじょうぶ　おも

　　Ⓐ Sao? Có đủ tiền không?
　　Ⓑ Ừ, chắc là đủ.

6 Ⓐ これ、どこで売ってるかなあ。
う
　　Ⓑ デパートならあり**そう**。

　　Ⓐ Cái này bán ở đâu nhỉ?
　　Ⓑ Ở trung tâm mua sắm chắc là có chăng.

7 Ⓐ 森さんって優し**そう**な人ですね。
もり　　　　　やさ　　　　　ひと
　　Ⓑ ええ。あの人が怒るの、見たことないです。
ひと　おこ　　　み

　　Ⓐ Chị Mori có vẻ hiền nhỉ.
　　Ⓑ Ừ, chưa bao giờ thấy chị ấy nổi cáu ấy.

8 Ⓐ どう？　5時までにでき**そう**？
じ
　　Ⓑ はい。なんとか頑張ります。
がんば

　　Ⓐ Thế nào rồi? Liệu 5h có xong được không?
　　Ⓑ Vâng, tôi sẽ cố gắng.

主に動詞に
つくもの

主に名詞に
つくもの

主に形容詞に
つくもの

文の前に
つくもの

文の終わりに
つくもの

会話をつなぐ
もの

こそあど

いろいろな形に
つくもの

⌒**MEMO** **2** ～ないとね：「～ないといけないね」を短くした言い方。
みじか　　　　い　かた

18 受かるはずがない

ukaru-hazu-ga nai

（合格するはずがないです）

～はずがない／～はずはない／～はずない chắc chắn không ~

Ⓐ 田中さん、試験に受かるかなあ。

Ⓑ 受かる**はずがない**よ。全然勉強してないんだから。

Ⓐ Không biết anh Tanaka có đỗ không nhỉ.
Ⓑ Chắc chắn không đỗ đâu. Vì có học tí nào đâu.

意味・使う場面 相手の主張や目の前の状況などが、**自分の持つ情報やイメージと違う**とき、「そんなことはありえない」と、**その事実を否定する**表現です。

Là cách nói phủ nhận một sự việc "làm gì có chuyện đó" khi ý kiến của đối phương hay sự việc đang diễn ra ngay trước mắt khác với thông tin hay ấn tượng của bản thân.

基本パターン

[文／Vる など（否定したいこと）] + はず {が／は／φ} ない ※φはゼロ、何もない

ポイント 例えば「（試験に）受かるはず（だ）」は、「合格して当然だ（でも、不合格になることもありうる）」という意味です。これの反対が「受かるはずが（／は）ない」になります。会話では「が／は」はよく省略されます。

Ví dụ: Câu "（試験に）受かるはず（だ）" có nghĩa "Đỗ là đương nhiên (Nhưng có cũng có thể không đỗ)". Ngược lại của câu này sẽ là câu "受かるはずが（／は）ない". Trong văn nói thường lược bỏ bớt "が／は".

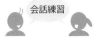

1 A 10万円で世界一周旅行、できるかなあ。

 B できる**はずがない**じゃない。日本一周だって無理だよ。

A 100 nghìn yên có đi du lịch vòng quanh thế giới được không nhỉ?
B Chắc chắn là không thể rồi. Vòng quanh nước Nhật cũng khó ấy.

2 A ねえ。あの人、田中さんじゃない？

 B よく似てるけど、そんな**はずはない**よ。今、香港にいるはずだから。

A Này, người kia là anh Tanaka hay sao ấy nhỉ?
B Giống đấy nhưng chắc chắn không thể thế được. Vì giờ anh ấy đang ở Hongkong mà.

3 A 急げば間に合う？

 B あと 30 分でしょ？間に合う**はずない**よ。

A Nhanh lên thì có kịp không?
B Còn 30 phút nữa đúng không? Chắc chắn không kịp đâu.

4 A カルロス、顔にけがしてるね。けんか*でもしたのかなあ。

 B まさか。彼がそんなことする**はずない**でしょ。

A Carlos bị thương ở mặt đó. Chắc đánh nhau chăng.
B Vô lí. Anh ấy chắc chắn không làm chuyện như thế.

5 A 大学のチームがプロと試合して勝てると思う？

 B 勝てる**はずない**よ。レベルが全然違うよ。

A Đội của trường đại học đấu với đội chuyên nghiệp cậu nghĩ có thắng được không?
B Chắc chắn không thắng được đâu. Trình độ khác hoàn toàn mà.

6 A 〈広告を見ながら〉

 2週間で10キロやせられるんだって！

 B やめときなよ。そんなに急にやせたら、健康にいい**はずない**でしょ。

A (Đang xem quảng cáo ăn kiêng) Giảm được 10 cân trong vòng 2 tuần đấy.
B Dẹp đi. Giảm nhanh thế chắc chắn không tốt cho sức khỏe.

7 A 死んだ人が生き返る？

 B ない、ない。*そんなの、ある**はずない**。

A Người chết có sống lại được không?
B Không không. Chắc chắn không có chuyện đó.

🎧MEMO **4** 〜でも：軽い調子で例を示す表現。Cách nói đưa ra ví dụ đại khái.
　　　7 そんなの：「そんなこと」などを短くした言い方。

63

19 見たわけじゃない

mita wake-ja-nai
（見たということではないです）

～わけじゃない

Không phải là ～

Ⓐ ほんとにそんなに広いの？

Ⓑ 自分で見た**わけじゃない**けど。でも、そうらしいよ。

Ⓐ Thật sự rộng đến thế sao?
Ⓑ Không phải tớ nhìn tận mắt nhưng có vẻ thế.

▶ 話の内容がより正確に伝わるよう、補足をする表現です。「～ということ
ではない」と、**内容を制限する**条件を加えます。

Là cách nói bổ sung vào để truyền đạt chính xác hơn nội dung câu chuyện. Thường thêm vào
điều kiện để giới hạn nội dung với ý "không phải là ～".

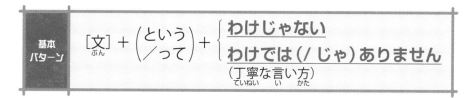

基本
パターン

[文] ＋ (という／って) ＋ { わけじゃない
わけでは（／じゃ）ありません
（丁寧な言い方） }

会話練習

1 Ⓐ お金がかかるからやめる、という**わけでは
ありません**。

　Ⓑ ほかの理由があるんですね。

Ⓐ Không phải là tôi bỏ vì không có
tiền đâu.
Ⓑ Tức là có lí do khác hả.

2 Ⓐ 嫌いな**わけじゃない**けど、そんなに好きで
もない。

　Ⓑ じゃ、食べなくていいよ。

Ⓐ Không phải là ghét nhưng cũng
không thích đến thế.
Ⓑ Thế thì không ăn cũng được.

3 Ⓐ もう使えないって**わけじゃない**んでしょ。

　Ⓑ うん。修理すれば大丈夫だと思う。

Ⓐ Không phải là không dùng được nữa
đúng không?
Ⓑ Ừ, tớ nghĩ sửa là lại dùng được thôi.

20 断るわけにはいかない

ことわ

kotowaru-wake-niwa ikanai

（断るということは許されないです）
ことわ　　　　　　　　　ゆる

〜わけにはいかない

Không thể 〜

Ⓐ 彼の頼みだから、断るわけにはいかないよ。
かれ たの 　　　　ことわ

Ⓑ いつも助けてもらってるからね。
たす

Ⓐ Anh ấy đã nhờ thì không thể từ chối đâu.
Ⓑ Thì lúc nào anh ấy cũng giúp mình mà.

▶ Ⓐ「社会的・常識的に、あるいは立場上、それはできない」という意味を
しゃかいてき じょうしきてき　　　　　　たち ば じょう　　　　　　　　　　い み
表します。また、Ⓑ「（不満や欲求などを）抑えることができない」とい
あらわ　　　　　　　　　 ふ まん よっきゅう　　　おさ
う意味でも使います。
い み　　 つか

Ⓐ Thể hiện nghĩa "Không thể từ chối vì đạo lí, vì vị trí của bản thân trong mối quan hệ". Ngoài
ra cũng được sử dụng với nghĩa Ⓑ "Không thể kìm chế (bất mãn, nhu cầu)".

基本パターン	[Vる／Vない／N] + **(という)** + **わけに(は)いかない**

 会話練習

1 Ⓐ 先生にご迷惑をかけるわけにはいきません。
せんせい　　めいわく
Ⓑ 気にしなくていいですよ。
き

Ⓐ Không thể gây phiền cho thầy giáo được.
Ⓑ Cũng không cần phải để ý quá đâu

2 Ⓐ その会議、どうしても出なければならないの？
かいぎ　　　　　　　で
Ⓑ ぼくも発表するから、出ないわけにはいかないんだよ。
はっぴょう　　　で

Ⓐ Buổi họp đó kiểu gì anh cũng phải có mặt à?
Ⓑ Anh cũng phát biểu mà nên không thể không có mặt.

3 Ⓐ いつもの半額以下だからね。買わないわけにいかないよ。
はんがくいか　　　　　　　か
Ⓑ そうだね。

Ⓐ Lúc nào cũng giảm hơn nửa giá nhỉ. Không mua không được.
Ⓑ Ừ.

65

21 これ、捨てていい？

kore, sutete ii?

（これは捨てていいですか）

・・・・・・・・・・・・・・・・・・・・・・・・・

〜ていい／〜てもいい　~được không

Ⓐ これ、捨て**ていい**？

Ⓑ あ、ちょっと待って。…うん、

　いいよ。

Ⓐ Vứt cái này đi được không?
Ⓑ À, đợi chút ... Ừ, được đấy!

意味・使う場面 **許可を与えたり求めたりするとき**に使う表現です。質問文「**〜て（も）いい？**」にすると、許可を求める表現になります。

Là cách nói dùng khi cho phép hoặc xin phép. Nếu biến thành câu hỏi thì thành cách nói xin phép.

基本パターン	[V~~て~~] ＋ **ていい**　　…Ⓐ
	[V~~て~~] ＋ **てもいい**　　…Ⓑ

ポイント 「〜ていい」「〜てもいい」のどちらも同じように使いますが、「〜ていい」のほうが気軽な感じで、若い人に多く使われます。

"〜ていい" "〜てもいい" đều được dùng như nhau nhưng "〜ていい" nhẹ nhàng hơn và thường được người trẻ dùng nhiều.

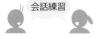

A [V] ＋ ていい

1 A あのう、ちょっと聞い**ていい**ですか。
　　B いいですよ。何ですか。

　　A Xin lỗi tôi hỏi một chút được không?
　　B Được chứ. Có chuyện gì vậy?

2 〈アルバイト先で〉
　　A あの、私はもう帰っ**ていい**ですか。
　　B あ、いいですよ。ご苦労さま。

　　(Tại nơi làm thêm)
　　A Xin lỗi, tôi về được chưa ạ?
　　B À, được rồi. Cám ơn cậu.

3 A ここ、座っ**ていい**？
　　B どうぞ。

　　A Tôi ngồi đây được không?
　　B Xin mời.

4 A これ、飲ん**でいい**の？
　　B いいよ、もちろん。

　　A Tôi uống cái này được không.
　　B Được chứ, tất nhiên rồi.

5 A 何も持っていかなく**ていい**よ。
　　　全部用意してあるから。
　　B そうなんだ。

　　A Không cần mang cái gì đi đâu. Vì đã
　　　chuẩn bị hết rồi.
　　B Thế hả.

B [V] ＋ てもいい

6 A ここに自転車をとめ**てもいい**ですか。
　　B ええ。午後5時までですけど。

　　A Tôi để xe đạp ở đây có được không?
　　B Vâng, đến 5h chiều thì được.

7 A 今、予定がわからないから、後で
　　　メールし**てもいい**？
　　B わかった。じゃ、そうして。

　　A Vì giờ chưa rõ lịch nên tôi gửi mail sau
　　　được không?
　　B Tôi hiểu rồi. Thế nhé!

8 A 悪いけど、10分くらい待ってもらっ**ても
　　いい**？
　　B あ、そう。なるべく早くね。

　　A Xin lỗi đợi tớ thêm khoảng 10 phút
　　　được không?
　　B À thế hả. Nhanh lên nhé!

主に動詞につくもの
主に名詞につくもの
主に形容詞につくもの
文の前につくもの
文の終わりにつくもの
会話をつなぐもの
こそあど
いろいろな形につくもの

22 早く行か**ないと**

はやく い

hayaku ikanai-to

（早く行かないといけません）
はや い

● ●

〜**ないと**／〜**なきゃ**／〜**なくちゃ**　Phải 〜

Ⓐ あ、もうこんな時間！
じかん

Ⓑ ほんとだ。早く行か**ないと**。
はや い

Ⓐ Ôi, đã giờ này rồi!
Ⓑ Ừ nhỉ. Phải đi nhanh lên thôi.

意味・
使う場面

「〜**ないと**」は「〜**ないといけない**」、「〜**なきゃ**」は「〜**なければな**
らない」、「〜**なくちゃ**」は「〜**なくてはいけない**」が短く変化したも
みじか へんか
のです。

「〜ないと」 là cách nói ngắn của 「〜なければならない」, 「〜なきゃ」 là cách nói ngắn của 「〜
ないといけない」, còn 「〜なくちゃ」 là cách nói ngắn của 「〜なくてはいけない」.

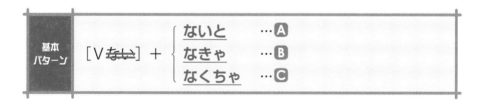

基本
パターン

[V <s>ない</s>] ＋ { ないと　…Ⓐ
　　　　　　なきゃ　…Ⓑ
　　　　　　なくちゃ　…Ⓒ

ポイント

どれも非常に会話的な表現です。自分についての確認や、相手に対す
ひじょう かいわてき ひょうげん じぶん かくにん あいて たい
る助言・注意の場面が多いです。
じょげん ちゅうい ばめん おお

Cả 3 đều là cách nói dùng trong hội thoại. Thường dùng để xác nhận về chính bản thân,
hay khuyên nhủ, chú ý đối phương.

A ［V ~~ます~~］＋ ないと

1 A 時間が変わったこと、みんなに連絡し**ないと**。
　　B 早いほうがいいよ。

　A Phải liên lạc với mọi người về việc thay đổi thời gian!
　B Nên làm sớm đi!

2 A 通訳をめざすなら、いろんなことを勉強し**ないと**。
　　B うん。頑張るよ。

　A Nếu muốn trở thành phiên dịch thì phải học nhiều nữa.
　B Ừ, tớ sẽ cố gắng.

3 A これ、あと、切手貼ら**ないと**。
　　B あ、ほんとだ。

　A Cái này còn phải dán tem nữa.
　B À ừ nhi.

B ［V ~~ます~~］＋ なきゃ

4 A 風邪はもう治ったの？
　　B ほとんどね。…あ、薬、飲ま**なきゃ**。

　A Khỏi ốm chưa?
　B Đỡ nhiều rồi. À, phải uống thuốc đã!

5 A 明日は8時発の飛行機だから、5時に起き**なきゃ**。
　　B 早いね。

　A Ngày mai máy bay bay lúc 8h nên phải dậy lúc 5h.
　B Sớm nhi!

6 A 休むんだったら、早めに店長に言わ**なきゃ**。
　　B うん。後で言うよ。

　A Nghỉ thì phải nói sớm với cửa hàng trưởng.
　B Ừ, tớ sẽ nói.

C ［V ~~ます~~］＋ なくちゃ

7 A 5時からアルバイトだから、もう行か**なくちゃ**。
　　B そうなんだ。

　A Làm thêm từ 5h nên tớ phải đi đây.
　B Thế à.

8 A お世話になった人に挨拶し**なくちゃ**ね。
　　B はい。皆さんに直接お礼を言いたいです。

　A Phải đến chào cả người đã giúp đỡ mình nữa nhi.
　B Vâng, em cũng muốn trực tiếp nói lời cảm ơn tới họ.

PART1
日本語会話の最重要文型 8

PART2
日本語会話の基本文型 80

主に動詞につくもの

主に名詞につくもの

主に形容詞につくもの

文の前につくもの

文の終わりにつくもの

会話をつなぐもの

こそあど

いろいろな形につくもの

23 これにしたら？

kore-ni shitara doo-desu-ka?
（これにしたらどうですか）

● ●

〜たら？　　　　　　　　〜xem sao?　〜đi!

Ⓐ どれにしようかな。いろいろあって迷っちゃう。

Ⓑ じゃ、これにしたら？

Ⓐ Chọn cái nào bây giờ? Nhiều quá hoa cả mắt.
Ⓑ Thế thì lấy cái này đi?

意味・
使う場面

「〜たら」には「**もし、Xしたら、Yになる**」という意味があります。「**X したら？**」だけで、親しい人に何か行為（Xすること）を勧める言い方になります。

Trong mẫu câu "˜たら" có ý nghĩa "もし、Xしたら、Yになる". Chỉ cần nói "Xしたら？" sẽ thành câu gợi ý một hành động nào đó cho người có quan hệ thân thiết.

基本
パターン

[V（行為 hành vi）] + **たら**（？／どうですか／いいんじゃないですか など）

ポイント

例えば「タバコ、やめ**たら？**」は、「タバコをやめたら健康になりますよ」という意味です。「やめたほうがいいと思います」「やめましょう」「やめてくださいよ」などと同じような機能（**助言、勧め、促し、**など）を持ちます。

Ví dụ, "タバコ、やめたら？" có nghĩa là "タバコをやめたら健康になりますよ". Có ý nghĩa (khuyên bảo, gợi ý, thúc giục ...) giống như "やめたほうがいいと思います" "やめましょう" "やめてくださいよ".

1 A ネットで調べてみ**たら**？　何かわかるか
　　もよ。

　 B そうだね。

A Thử tra trên mạng xem sao? Chắc sẽ tìm được gì đó.
B Ừ.

2 A 最近、冷たい水が歯にしみるんだ。

　 B 明日、歯医者さんに行って、みてもらっ
　　たら？

A Dạo này uống nước lạnh là ê răng quá.
B Ngày mai đi nha khoa khám xem sao đi!

3 A 論文の構成を変えるように言われたんだ
　　けど。

　 B じゃ、そうしてみ**たら**？

A Thầy bảo tớ phải thay đổi cấu trúc luận văn.
B Thế thì cứ thử thế xem sao?

4 A ２週間も休みがあるんだから、旅行にで
　　も行っ**たら**？

　 B そうですね。

A Được nghỉ những hai tuần thì đi du lịch đi nhỉ?
B Ừ phải đấy.

5 A さっきから、あくびばかりしてない？
　　もう寝**たら**？

　 B じゃ、先に寝るよ。

A Từ nãy thấy ngáp suốt thôi. Đi ngủ đi!
B Thế tớ ngủ trước nhé.

6 A 明日出発でしょ。じゃ、早く準備し**たら**？

　 B するよ。

A Mai khởi hành rồi đấy. Chuẩn bị nhanh lên đi.
B Đã bảo là sẽ làm rồi mà.

7 A みんな待ってるんだから、もうちょっと
　　早く歩い**たら**？

　 B わかってるけど、足の指が痛くて早く歩
　　けないんだよ。

A Mọi người đang đợi đấy nên đi nhanh lên một chút đi!
B Biết rồi mà ngón chân tới đau quá không bước nhanh được.

PART1　日本語会話の最重要文型 8

PART2　日本語会話の基本文型 80

主に動詞につくもの

主に名詞につくもの

主に形容詞につくもの

文の前につくもの

文の終わりにつくもの

会話をつなぐもの

こそあど

いろいろな形につくもの

71

24 行ってみ**ない**？

itte-minai?

（行ってみようと思いませんか）

● ●

〜ない？／〜ません？ ~ không?

Ⓐ ねえ、新しくできたラーメン屋さんに行ってみ**ない**？

Ⓑ いいね。行こう、行こう。

Ⓐ Này, đi đến hàng mỳ mới mở không?
Ⓑ Được đấy, đi thôi đi thôi.

意味・使う場面

相手を何かに誘うとき（Ⓐ勧誘）や、**相手の気持ちをある方向に向けるとき**（Ⓑ誘導）、**相手に何かしてほしいとき**（Ⓒ依頼）に使います。**「〜ませんか」「〜ではない（の）ですか」**の、くだけた言い方です。

Dùng khi mời rủ đối phương làm gì đó (Ⓐ mời rủ) hoặc khi muốn hướng suy nghĩ đối phương theo hướng nào đó (Ⓑ dẫn dắt), khi muốn đối phương làm gì đó (Ⓒ nhờ vả). Là cách nói suồng sã, thân mật của " 〜ませんか？" " 〜ではない（の）ですか？".

基本パターン	[V] ＋ 〜ない？／〜ません？	…	Ⓐ 勧誘	Mời rủ
		…	Ⓑ 誘導	Dẫn dắt
		…	Ⓒ 依頼	Nhờ vả

ポイント

「Ⓐ勧誘」の「〜ない？」は、提案の「〜どう？」(p.150) と似ていますが、「〜ない？」には相手の考えなどを誘導する働きがあります。また「そう思わない？」（会話例⑥）は「そう思うでしょ？」よりやわらかく聞こえます。

Cách nói Ⓐ mời rủ " 〜ない？" giống với mẫu đề xuất " 〜どう？" (p.150) nhưng trong cách nói " 〜ない？" không có chức năng khơi gợi suy nghĩ của đối phương. Ngoài ra, " そう思わない？" nghe nhẹ nhàng hơn cách nói " そう思うでしょ" ở hội thoại mẫu số ⑥.

72

Ⓐ 勧誘　Mời rủ
かんゆう

1 Ⓐ ピカソ展の切符が２枚あるんだけど、
　　　てん　　きっぷ　　まい
　　　一緒に行か**ない**？
　　　いっしょ　い
　　Ⓑ いいの？　わぁ、ラッキー。

Ⓐ Tớ có 2 vé xem triển lãm Picaso, cậu đi cùng không?
Ⓑ Thật á. Ôi tớ thật may mắn.

2 Ⓐ 寒いから中に入ら**ない**？
　　　さむ　　なか　はい
　　Ⓑ そうだね。

Ⓐ Lạnh lên rồi, ta vào trong đi?
Ⓑ Ừ đi đi.

3 Ⓐ このゲーム、面白そう。やってみ**ない**？
　　　　　　　　おもしろ
　　Ⓑ いいよ。やってみようか。

Ⓐ Game này hay quá. Chơi thử không?
Ⓑ Ừ. Thử đi.

4 Ⓐ 会場までタクシーで行き**ません**？
　　　かいじょう　　　　　　　い
　　Ⓑ そうですね。けっこう歩きますからね。
　　　　　　　　　　　　ある

Ⓐ Đi taxi tới hội trường không?
Ⓑ Ừ. Đi bộ cũng xa phết đấy.

5 Ⓐ もう一個食べ**ない**？
　　　　いっこ　た
　　Ⓑ もう、いい。お腹いっぱい。
　　　　　　　　　　なか

Ⓐ Ăn thêm cái nữa không?
Ⓑ Thôi đủ rồi. Tớ no quá.

Ⓑ 誘導　Dẫn dắt
ゆうどう

6 Ⓐ 悪いのは、あっちでしょ？　そう思わ**な**
　　　わる　　　　　　　　　　　　おも
　　　い？
　　Ⓑ まあね。

Ⓐ Bên đó sai mà. Cậu có thấy thế không?
Ⓑ ừ cũng phải .

7 Ⓐ 「ありがとう」の意味で「すみません」っ
　　　　　　　　　　いみ
　　　て言わ**ない**？
　　　　い
　　Ⓑ 言う、言う。
　　　い　　い

Ⓐ Cậu có nói "すみません" với nghĩa "ありがとう" không?
Ⓑ Có nói mà.

Ⓒ 依頼　Nhờ vả
いらい

8 Ⓐ 明日来られ**ない**？
　　　あした こ
　　Ⓑ ごめん。明日は都合悪いんだ。
　　　　　　　あした　つごうわる

Ⓐ Mai anh đến được không?
Ⓑ Xin lỗi, mai tôi bận rồi.

PART1
日本語会話の最重要文型 8

PART2
日本語会話の基本文型 80

主に動詞につくもの

主に名詞につくもの

主に形容詞につくもの

文の前につくもの

文の終わりにつくもの

会話をつなぐもの

こそあど

いろいろな形につくもの

CD
25

25 田中先生って、独身？
たなかせんせい　　　　　どくしん

Tanaka sensee-tte dokushin?

（田中先生は独身ですか）
たなかせんせい　　どくしん

～って（話題）　　　　　　　　　(chủ đề)
わだい

Ⓐ 田中先生って、独身？
たなかせんせい　　　　　どくしん

Ⓑ さあ、知らない。
し

Ⓐ Cô Tanaka vẫn độc thân à?
Ⓑ Chịu, mình không biết.

意味・　話題や話の対象を示すのに使われる会話的な形で、「～は」に近い働
使う場面　きを持ちます。
わだい　はなし　たいしょう　しめ　　　つか　　　かいわてき　かたち　　　　　ちか　はたら
も

Là dạng câu hội thoại được dùng để chỉ đối tượng của câu chuyện, có chức năng gần với
" ～は "

基本 パターン	話題・テーマ わだい ［N］　　　＋ って …Ⓐ ［Vする＋の］＋ って …Ⓑ

ポイント　疑問や興味が向いたものを新たに取り上げる言い方です。会話的で、
改まった場面や丁寧に話す場面では使われません。
ぎもん　きょうみ　む　　　　あら　と　あ　　い　かた　　かいわてき
あらた　ばめん　ていねい　はな　ばめん　つか

Là cách nói đưa ra một câu chuyện mà mình có thắc mắc hay quan tâm. Không dùng
trong văn cảnh trang trọng, lịch sự.

A ［N］って

1 A ８号館**って**、どの建物ですか。
B あの茶色のビルです。

A Tòa nhà số 8 là tòa nhà nào thế?
B Là tòa màu nâu kia.

2 A 入会の手続き**って**、面倒ですか。
B いいえ、そんなことないですよ。

A Thủ tục gia nhập có phức tạp không ạ?
B Không, không có chuyện đó đâu.

3 A それ**って**、急ぎですか。
B ええ。５時までに必要なんです。

A Việc này gấp sao?
B Ừ. Tớ cần trước 5h.

4 A 話したいこと**って**、何？
B うん…就職のことなんだけど。

A Có chuyện muốn nói là gì thế?
B Ừ… chuyện tìm việc làm ấy mà…

5 A 青木さんの留学の時の話**って**、
面白いよ。
B そうなんだ。聞いてみたいなあ。

A Chuyện hồi du học của anh Aoki thú
vị lắm.
B Thế sao. Mình muốn nghe quá.

6 A 田中さんが引っ越した * とこ**って**、どの
辺？
B ああ、大学のすぐそば。今度遊びに来て。

A Chỗ cô Tanaka chuyển nhà là chỗ nào
vậy?
B À, ngay cạnh trường thôi. Đến chơi
nhé!

B ［V する＋の］って

7 A 医者になるの**って**、大変なんですね。
B そうですね。とにかく、たくさん
勉強しなければなりません。

A Trở thành bác sĩ vất vả lắm nhi.
B Ừ. Trước hết cứ phải học thật nhiều.

8 A 知らない人と話すの**って**、けっこう緊張
するんです。
B 私もですよ。

A Nói chuyện với người không quen biết
hồi hộp nhi.
B Mình cũng vậy!

⌒MEMO 6 とこ：「ところ」が短くなった形。
遊びに来て：「遊ぶ」という意味はない。「一緒に楽しく過ごしましょう」と
いう気持ちを表す。

26 今度の旅行のことだけど

こんど　りょこう

kondo-no ryokoo-no koto-dakedo

（今度の旅行のことについてです）

こんど　りょこう

～が／～けど（話題）　　(chủ đề)

わだい

Ⓐ 今度の旅行のことだけど。

こんど　りょこう

Ⓑ うん、何？

なに

Ⓐ Chuyện đi du lịch lần này ấy mà…

Ⓑ Ừ, sao?

意味・
使う場面

話し始める前に**話題を告げて、聞く人に準備をさせる**ために使います。

はな　はじ　まえ　わだい　つ　き　ひと　じゅんび　つか

丁寧に言うときは「**～ですが**」「**～ですけど**」、カジュアルに言うとき

ていねい　い

は「**～だけど**」を使います。

つか

Được sử dụng khi đưa ra chủ đề trước khi bắt đầu nói để cho người nghe chuẩn bị tinh thần. Khi lịch sự thì nói "～ですが", còn khi nói thông thường thì dùng cách nói "～だけど"

基本
パターン

［N／文］ ＋ **ですが** …Ⓐ

ぶん

［N／文］ ＋ **だけど** …Ⓑ

ぶん

ポイント

話したいことを一度に続けて話してしまうより、初めに話題を示して

はな　いちど　つづ　はな　はじ　わだい　しめ

から話すほうが、聞く人にも受け入れやすくなります。

はな　き　ひと　う　い

Thay vì nói một mạch chuyện định nói thì nên đưa ra chủ đề câu chuyện trước thì người nghe sẽ dễ tiếp nhận hơn.

会話練習

A 〜ですが

1 **A** これ、昨日ここで買ったん**ですが**、サイズを間違えちゃったんです。

   B そうですか。サイズは * どちらをご希望ですか。

   Ⓐ Cái này tôi mua hôm qua nhưng lại nhầm mất cỡ.
   Ⓑ Thế ạ. Quý khách muốn cỡ nào ạ?

2 **A** ここなん**ですが**…。階段で転んじゃったんです。

   B ああ、ちょっと腫れてますね。

   Ⓐ Chỗ này là bị ngã ở cầu thang.
   Ⓑ À, hơi sưng lên rồi nhi.

3 **A** *ちょっと相談したいことがあるん**ですが**。

   B そうですか。何でしょう？

   Ⓐ Tôi có việc này muốn hỏi ý kiến...
   Ⓑ Vậy sao. Chuyện gì thế?

B 〜だけど

4 **A** 明日のお昼**だけど**、どこか外で食べる？

   B そうだね。

   Ⓐ Bữa trưa mai ăn ở ngoài không?
   Ⓑ Ừ được.

5 **A** 今度のパーティーなん**だけど**、参加者は何人くらい？

   B 20人くらいかな。

   Ⓐ Bữa tiệc lần này, có bao nhiêu người tham gia?
   Ⓑ Chắc khoảng 20 người.

6 **A** そのことなん**だけど**、原さんはどう思う？

   B 私も青木さんと同じだな。

   Ⓐ Về chuyện đó, anh Hara nghĩ sao?
   Ⓑ Tôi cũng giống anh Aoki.

7 **A** 待ち合わせの場所**だけど**、駅の改札でいい？

   B いいよ。

   Ⓐ Chỗ tập trung ở cửa soát vé ga tàu có được không?
   Ⓑ Được chứ.

8 **A** さっき森さんが言ったことなん**だけど**。

   B うん、どうかした？

   Ⓐ Chuyện lúc nãy anh Mori nói ấy mà...
   Ⓑ Ừ, sao thế?

主に動詞につくもの

主に名詞につくもの

主に形容詞につくもの

文の前につくもの

文の終わりにつくもの

会話をつなぐもの

こそあど

いろいろな形につくもの

MEMO
  1 どちら：どれ。どのサイズ。

  3 婉曲の用法でもある。

77

27 秋はいいね
あき
aki-wa ii-ne
（秋はいいですね）
あき

• • • • • • • • • • • • • • • • • • • •

～はいい／～がいい／～もいい　~ thích/ ~ hay / nên ~

Ⓐ 秋はいいね。暑くも寒くもなくて。
あき　　　　　　あつ　　さむ
Ⓑ ほんとだね。

Ⓐ Mùa thu thích nhỉ. Không nóng cũng không lạnh.
Ⓑ Ừ thật đấy!

意味・　「いい」の「good, ok」という意味を基本に、幅広く使われる表現です。
使う場面　　　　　　　　　いみ　きほん　　　はばひろ　つか　　　　　　ひょうげん
文の内容によって、Ⓐ「高く評価する」、Ⓑ「比べて選ぶ」、Ⓒ「適当
ぶん　ないよう　　　　　たか　ひょうか　　　　くら　えら　　　　てきとう
と思う」、Ⓓ「同意・許可する」ということを表します。
おも　　　　どうい　きょか　　　　　　　あらわ
" いい " là cách nói được sử dụng rộng dãi với nghĩa cơ bản là "good, ok". Tùy thuộc vào
nội dung câu mà nó thể hiện ý, Ⓐ Đánh giá cao, Ⓑ So sánh để lựa chọn, Ⓒ Nghĩ là thích
hợp Ⓓ Đồng ý, cho phép.

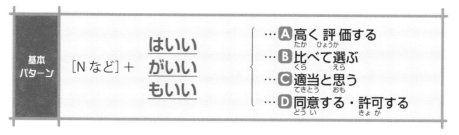

| 基本 パターン | [N など] ＋ | はいい がいい もいい | …Ⓐ高く評価する たか ひょうか …Ⓑ比べて選ぶ くら えら …Ⓒ適当と思う てきとう おも …Ⓓ同意する・許可する どうい きょか |

特に、好きなものや好きなことについて感想や意見を言うときに使い
とく　す　　　　　　す　　　　　　　　　　　　かんそう　いけん　い　　　　　つか
ます。
ポイント
Đặc biệt dùng khi muốn nói cảm tưởng, ý kiến về sự vật sự việc mình thích.

78

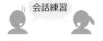
A 高く 評価する Đánh giá cao

1　A スポーツで汗をかくの**はいい**ね。
　　B うん、さっぱりした気分になる。

A Chơi thể thao toát mồ hôi tốt nhỉ.
B Ừ, cảm giác rất sảng khoái.

2　A 機能がちょっと足りないけど、デザイン**は
　　いい**ね。
　　B そうだね。

A Hơi thiếu tính năng nhưng thiết kế được nhỉ.
B Ừ phải.

3　A 体のためには歩くの**がいい**んだって。
　　B じゃ、バスをやめて、歩きにしようかなあ。

A Nghe nói đi bộ tốt cho cơ thể đấy.
B Thế thì thôi xe buýt và chuyển sang đi bộ thôi nhỉ.

4　A たまには外で食べるの**もいい**ね。
　　B うん。楽しいよ。

A Thỉnh thoảng ăn ở ngoài cũng hay nhỉ.
B Ừ, vui mà.

5　A この店はサービス**がいい**ね。
　　B うん。すごく感じがいい。

A Phục vụ ở cửa hàng này tốt nhỉ.
B Ừ, rất có cảm tình.

B 比べて選ぶ So sánh lựa chọn

6　A 海か山だったら、私は山**がいい**。
　　B ぼくは海だなあ。

A Giữa biển và núi thì mình thích núi.
B Tớ thì biển.

C 適当と思う Nghĩ là thích hợp.

7　A やっぱり先生に相談するの**がいい**かなあ。
　　B そうだね。

A Đúng là nên tâm sự với thầy cô nhỉ.
B Ừ phải đấy.

D 同意する・許可する Đồng ý, cho phép

8　A 手伝うの**はいい**けど、5時までだよ。
　　B うん。そんなにかからないから。

A Tớ giúp cậu được thôi nhưng đến 5 giờ thôi đấy nhé.
B Ừ. Không mất thời gian lắm đâu.

PART1 日本語会話の最重要文型 8

PART2 日本語会話の基本文型 80

主に動詞につくもの

主に名詞につくもの

主に形容詞につくもの

文の前につくもの

文の終わりにつくもの

会話をつなぐもの

こそあど

いろいろな形につくもの

28 のど**にいい**んだって

nodo-ni ii-n-da-tte

（のどにいいのだと聞きました）
・・

～**にいい**／～**にはいい**／～**にもいい** tốt cho ~/cũng tốt cho ~

Ⓐ このあめ、のど**にいい**んだって。

Ⓑ でも、あめは歯に悪いよ。

Ⓐ Kẹo này nghe nói tốt cho họng đấy.
Ⓑ Nhưng mà kẹo lại không tốt cho răng.

意味・
使う場面 「いい」にはいろいろな意味がありますが、この「いい」は主に「良い効果がある」という意味です。

" いい " có nhiều nghĩa nhưng " いい " ở đây có ý nghĩa chính là "có hiệu quả tốt".

基本パターン	[N など]	＋ **にいい** …Ⓐ
		＋ **にはいい** …Ⓑ
		＋ **にもいい** …Ⓒ

ポイント 「～に（は／も）いい」の後にどんな内容、語句が来るか、考えながら練習しましょう。「～にいいから」「～にいいと思う」と理由や判断を述べたり、「～にいいN」と条件をつけたりすることが多いです。反対の意味の場合、「～に悪い」や「～によくない」などが使われます。

Hãy thử suy nghĩ và luyện tập xem sau " ～に（は／も）いい " thì nội dung và từ gì sẽ đi kèm. Thường thì hay thấy mẫu " ～にいいから " " ～にいいと思う " để nói về lí do hay phán đoán, và mẫu " ～にいいN " để nói về điều kiện. Với ý nghĩa ngược lại thì thường dùng mẫu câu " ～に悪い " hay " ～によくない ".

A [N など] ＋にいい

1　A へー、こんなの、飲んでるの。
　　B 体にいいから飲めって、友だちに
　　　言われたんだよ。

A Ồ cậu uống được thứ này cơ à.
B Vì bạn tớ bảo tốt cho cơ thể nên uống đi.

2　A このドラマ、日本語の勉強にいいんだって。
　　B じゃ、見てみます。

A Nghe nói phim này tốt cho việc học tiếng Nhật.
B Thế thì phải thử xem thôi.

3　A どこか待ち合わせにいい場所、ないかなあ。
　　B 駅ビルのさくら書店はいいと思うよ。

A Có chỗ nào hợp để làm chỗ hẹn gặp không nhỉ?
B Mình nghĩ hiệu sách Sakura trước ga được đấy.

4　A この辺は散歩するのにいいですね。
　　B ええ。天気がいいと、ほんとに気持ちいいですよ。

A Chỗ này hợp với đi bộ đấy nhỉ.
B Ừ, trời đẹp thì dễ chịu lắm đấy.

B [N など] ＋ にはいい

5　A この店はどう？
　　B うーん。たくさん食べたい人にはいいと
　　　思うけど、私はあんまり…。

A Cửa hàng này thế nào?
B Ừm. Tớ nghĩ hợp với ai muốn ăn nhiều, còn tớ thì …

6　A この電車、ゆっくり景色を見るにはいいね。
　　B うん。のんびりした気分になれる。

A Tàu điện này hợp với việc thong thả ngắm cảnh nhỉ.
B Ừ, cảm giác rất khoan thai.

C [N など] ＋ にもいい

7　A 何かスポーツをやるのは、精神的にもいい
　　　ことだと思うよ。
　　B そうだね。

A Chơi môn thể thao nào đó cũng tốt cho tinh thần đấy.
B Ừ đúng.

8　A オリーブオイルを使ってるんですね。
　　B ええ。健康にも美容にもいいですから。

A Chị dùng dầu oliu nhỉ.
B Vâng. Vì nó tốt cho cả sức khỏe và sắc đẹp.

PART1　日本語会話の最重要文型 8
PART2　日本語会話の基本文型 80
主に動詞につくもの
主に名詞につくもの
主に形容詞につくもの
文の前につくもの
文の終わりにつくもの
会話をつなぐもの
こそあど
いろいろな形につくもの

29 返事は明日でもいい？

へんじ　　あした

henji-wa ashita-demo ii?

（返事は明日でもいいですか

へんじ　　あした

〜でいい／〜でもいい　～ cũng được, ~được không

Ⓐ 返事は明日<u>でもいい</u>？
　　へんじ　　あした

Ⓑ いいよ、もちろん。

Ⓐ Ngày mai trả lời có được không?
Ⓑ Được chứ, tất nhiên.

意味・

使う場面

許可を与えるときの表現です。質問の形にすると<u>許可を求める</u>表現に
きょか　あた　　　　　　　ひょうげん　　　　　　しつもん　かたち　　　　　　　きょか　もと　　　　ひょうげん
なります。また、可能かどうか、条件や相手の意志を確認するときな
　　　　　　　　かのう　　　　　　じょうけん　あいて　いし　　かくにん
どにも使います。
　　　　つか

Là cách nói khi đưa ra sự cho phép. Nếu là câu hỏi thì thành cách nói xin phép.

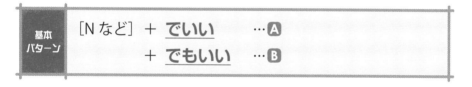

基本
パターン

［N など］＋ **でいい**　…Ⓐ

　　　　　＋ **でもいい**　…Ⓑ

ポイント

「〜でいい」「〜でもいい」は同じように使われますが、「**〜でいい**」
のほうがくだけた感じで、若い人に多く使われます。
　　　　　　　　かん　　　　わか　ひと　おお　つか

Được sử dụng tương tự như " 〜でいい "" 〜でもいい " nhưng " 〜でいい " nghe sỗ sàng
hơn và thường được người trẻ sử dụng.

A [N など] ＋ でいい

1 A 書類はこれ<u>でいい</u>ですか。
　　　しょるい
　　B はい、けっこうです。

A Giấy tờ này thế này được chưa ạ?
B Vâng, được rồi ạ.

2 A 夕飯はホテルのレストラン<u>でいい</u>？
　　　ゆうはん
　　B いいよ。そうしよう。

A Bữa tối ở nhà hàng khách sạn có được không?
B Được chứ, ăn ở đó nhé.

3 A 待ち合わせ場所は、この前と同じ<u>でいい</u>
　　　ま　あ　　　ばしょ　　　まえ　おな
　　　ですか。
　　B ええ、いいですよ。

A Địa điểm tập trung như lần trước được không?
B Vâng, được ạ.

4 A ここはコンマじゃなくて、ピリオド<u>で</u>
　　　<u>いい</u>の？
　　B うん、そうだね。

A Chỗ này không phải dấu phẩy mà là dấu chấm có được không?
B Ừ, được.

5 A ちょっと<u>でいい</u>から、手伝ってくれない？
　　　　　　　　　　　　　　てつだ
　　B じゃ、30分くらいね。
　　　　　　　ぷん

A Giúp tôi một chút thôi có được không?
B Thế khoảng 30 phút nhé.

B [N など] ＋ でもいい

6 A 連絡はメール<u>でもいい</u>ですか。
　　　れんらく
　　B ええ。＊電話でもメールでも、どちらでも
　　　　　　　でんわ
　　　けっこうです。

A Tôi liên lạc bằng email có được không?
B Được. Điện thoại hay mail đều được.

7 A 1000円<u>でもいい</u>から給料を上げてほしい。
　　　　えん　　　　　　　きゅうりょう　あ
　　B ぼくも。

A Tôi muốn được tăng lương dù 1000 yên thôi cũng được.
B Tôi cũng thế.

8 A この仕事、面白そう。<u>学生でもいい</u>のかな？
　　　　しごと　おもしろ　　　がくせい
　　B いいみたいよ。応募してみたら？
　　　　　　　　　　おうぼ

A Công việc này có vẻ hay quá. Sinh viên có được không nhỉ?
B Hình như được đấy, thử xem sao.

PART1
日本語会話の
最重要文型
8

PART2
日本語会話の
基本文型
80

主に動詞に
つくもの

主に名詞に
つくもの

主に形容詞に
つくもの

文の前に
つくもの

文の終わりに
つくもの

会話をつなぐ
もの

こそあど

いろいろな形に
つくもの

MEMO　6 〜でもけっこうです：「〜でもいい」の丁寧な言い方。
　　　　　　　　　　　　　　　　　　　　　　ていねい　い　かた

30 はっきり言うしかないよ

hakkiri yuu-shika nai-yo

（はっきり言うしかないですよ）

●●●●●●●●●●●●●●●●●●●●●●●●●●●●●●●●●●●

〜しか〜ない／〜しかない　Chỉ còn cách ~ / chỉ còn ~ thôi

Ⓐ これ以上残業はできないって、はっきり言うしかないよ。

Ⓑ そうだね。思い切って言ってみるよ。

Ⓐ Chỉ còn cách nói rõ ràng là không thể làm thêm giờ hơn nữa thôi.

Ⓑ Ừ, phải nói thẳng ra thôi.

意味・使う場面　今できる・考えられる限界を示して、「**それ以上はない、それ以外の可能性はない**」と断言する形。Ⓐ「**水しか飲まない**」のように、「**N しか**」のあとに「**V ない**」を入れる形と、（Ⓑ「**はっきり言うしかない**」のように「**V しかない**」という形になることがあります。

Là cách nói khẳng định "không thể hơn thế này, không còn khả năng nào khác" để thể hiện giới hạn có thể. Có dạng (Ⓐ) thêm 「V ない」 vào sau 「〜しか」 giống như câu 「水しか飲まない」 và dạng (Ⓑ) là cách nói 「V しかない」 giống như câu 「はっきり言うしかない」.

基本パターン

[N] ＋**しか**＋ [V ／ A ／ NA] ＋**ない**　…Ⓐ

[V ／ N など] ＋**しかない**　…Ⓑ

ポイント　Ⓐは範囲や量などを表す場合が多いです。Ⓑは「**ほかに選択がない**」という判断を表し、あきらめの気持ちを含みます。

Ⓐ thường dùng để thể hiện phạm vi, số lượng. Ⓑ thể hiện quyết định "không còn lựa chọn nào khác", hàm chứa cả ý đã bỏ cuộc.

84

A [N]＋しか＋［V／A］＋ない

1　A　え？ 千円<u>しか</u>持って<u>ない</u>の？

　　B　うん。銀行に行けばあるんだけど。

　　　　　A Ủa? Chỉ có 1000 yên thôi á?
　　　　　B Ừ, ra ngân hàng thì có thêm.

2　A　今、歯の治療中で、柔らかいもの<u>しか</u>
　　　　食べられ<u>ない</u>んです。

　　B　そうですか。残念ですね。

　　　　　A Giờ đang chữa răng nên chỉ ăn được
　　　　　　đồ ăn mềm
　　　　　B Thế hả, Tiếc nhỉ.

3　A　レポート、まだ半分<u>しか</u>できて<u>ない</u>。
　　　　どうしよう。

　　B　来週でいいか、先生に聞いてみたら？

　　　　　A Báo cáo mới làm được có một nửa.
　　　　　　Tính sao bây giờ?
　　　　　B Thử hỏi thầy xem tuần sau nộp có
　　　　　　được không?

4　A　この商品はここで<u>しか</u>買え<u>ない</u>そうです。

　　B　そう言われると買いたくなりますね。

　　　　　A Nghe nói sản phẩm này chỉ mua
　　　　　　được ở đây thôi.
　　　　　B Nói vậy lại muốn mua nhỉ.

B [V／N など]＋しかない

5　A　電車、いつ動くんだろう。困ったね。

　　B　うん。ここで待つ<u>しかない</u>ね。

　　　　　A Tàu bao giờ mới chạy đây. Gay thật.
　　　　　B Ừ. Chỉ biết đợi ở đây thôi.

6　A　明日、カメラが要るね。持ってる？

　　B　いや、誰かに借りる<u>しかない</u>。

　　　　　A Ngày mai phải có camera. Cậu có
　　　　　　không?
　　　　　B Không, chỉ còn cách mượn ai đó
　　　　　　thôi.

7　A　かさ、まだ探してるの？　もうあきらめる
　　　　<u>しかない</u>よ。

　　B　うん…。でも、もう一度探してみる。

　　　　　A Cậu vẫn đang tìm ô à? Bỏ cuộc đi
　　　　　　thôi.
　　　　　B Ừ… Nhưng thử thêm lại lần nữa
　　　　　　xem sao.

8　A　最初の試合で去年の優勝チームとやるの!?
　　　　運が悪いね。

　　B　ま、頑張る<u>しかない</u>よ。

　　　　　A Trận đầu tiên đấu với đội vô địch
　　　　　　năm ngoái ấy hả. Hơi đen nhỉ.
　　　　　B Thì chỉ có cách cố lên thôi.

PART1
日本語会話の最重要文型 8

PART2
日本語会話の基本文型 80

主に動詞につくもの

主に名詞につくもの

主に形容詞につくもの

文の前につくもの

文の終わりにつくもの

会話をつなぐもの

こそあど

いろいろな形につくもの

31 テニス**とか**

tenisu-toka
（例えばテニス）
_{たと}

● ●

〜とか　　　　　　　　　　　Chẳng hạn

Ⓐ スポーツは何かしてる？　テニス**とか**。
_{なに}

Ⓑ はい。フットサルをときどきやってます。

Ⓐ Cậu chơi thể thao gì không? Tenis chẳng hạn.
Ⓑ Vâng, thỉnh thoảng em chơi bóng đá ạ.

意味・
使う場面

具体的な例を示すことによって、会話の展開を促します。相手から詳
_{ぐ たいてき} _{れい しめ} _{かい わ} _{てんかい うなが} _{あいて くわ}
しい情報を引き出すのに有効です。また、**一部だけを例で示して、全**
_{じょうほう ひ だ} _{ゆうこう} _{いち ぶ} _{れい しめ} _{ぜん}
体を言わずに済ませる用法もあります。
_{たい い す} _{ようほう}

Là cách nói đưa ra ví dụ cụ thể để mở rộng hội thoại. Có hiệu quả lấy được thông tin cụ
thể từ đối phương. Ngoài ra còn có ý nghĩa chỉ cần đưa ra 1 phần ví dụ mà không cần nói
tất cả.

基本
パターン

[N] ＋ **とか**　　　　　　　…Ⓐ

[V など（名詞的な扱い）] ＋ **とか**　…Ⓑ
_{めい し てき あつか}

ポイント

具体例は会話を生き生きさせます。一つの例をきっかけに、相手の気
_{ぐ たいれい かい わ い} _{ひと れい} _{あいて き}
持ちを尋ねたり、自分の意見を伝えたりできます。また、詳しく言う
_{も たず} _{じ ぶん い けん つた} _{くわ い}
必要のない場合は、**「〜とか」としてぼかす**ことができます。
_{ひつよう ば あい}

Ví dụ cụ thể sẽ giúp hội thoại sống động hơn. Bằng cách đưa ra 1 ví dụ sẽ đạt hiệu quả
ướm hỏi được suy nghĩ của đối phương cũng như truyền đạt ý kiến của bản thân. Ngoài
ra khi không cần phải nói cụ thể thì có thể dùng "〜とか" để nói.

A [N など] ＋ とか

1 A 今度一緒に山登り、行かない？ 富士山**とか**。
A Lần tới đi leo núi cùng nhé? Núi Phú Sĩ chẳng hạn.

　 B えっ、富士山!? もう少し低い山がいいなあ。高尾山**とか**。
B Oa, núi Phú Sĩ! Chọn núi nào thấp hơn một chút đi. Núi Takao chẳng hạn.

2 A プレゼントなら、これ**とか**いいんじゃない？
A Quà thì cái này chẳng hạn cũng được này?

　 B それはちょっと安っぽいなあ。
B Cái đó trông rẻ tiền quá.

3 A 森さんはゲーム**とか**やるの？
A Anh Mori chơi game trên máy tính không?

　 B ええ、けっこう好きなほうです。
B Vâng, tôi rất thích ấy chứ.

4 A お昼は、あっさりしたものがいいな。
A Buổi trưa ăn gì nhẹ nhẹ thôi nhi.

　 B じゃ、おそば**とか**にする？
B Thế món soba chẳng hạn thì sao?

B [V など（名詞的な扱い）] ＋ とか

5 A 最近、仕事が忙しくて、ちょっと疲れがたまっていまして。
A Dạo này nhiều việc nên cảm thấy hơi mệt quá.

　 B 旅行に行く**とか**、少しゆっくりなさったほうがいいですね。
B Anh nên nghỉ ngơi đi, rồi đi du lịch chẳng hạn.

6 A 夜、眠れない**とか**、なにか体調の変化はありますか。
A Buổi tối sức khỏe của anh có gì thay đổi không? Mất ngủ chẳng hạn.

　 B いえ、特にありません。
B Dạ không.

7 A スミスさんは、どうやって漢字の勉強してるの？
A Anh Smith học chữ Hán như thế nào?

　 B 何度も書いたり**とか**、いろいろ苦労してます。
B Cũng đủ cách, viết đi viết lại chẳng hạn.

PART1
日本語会話の最重要文型 8

PART2
日本語会話の基本文型 80

主に動詞につくもの

主に名詞につくもの

主に形容詞につくもの

文の前につくもの

文の終わりにつくもの

会話をつなぐもの

こそあど

いろいろな形につくもの

32 スーパー行<u>く</u>なら

suupaa iku-nara

（スーパーに行くなら）

● ●

〜なら　　　　　　　　nếu 〜

Ⓐ ちょっと買い物に行ってくる。

Ⓑ あ、スーパー行く<u>**なら**</u>ガム買ってきて。

Ⓐ わかった。

Ⓐ Tớ đi chợ đây.
Ⓑ A, nếu đi siêu thị thì mua kẹo cao su nhé.
Ⓐ Ừ.

意味・
使う場面

「**もし〜が事実だったら**」という意味を表します。また、主題を表します。

Diễn đạt ý "Nếu việc ~ là sự thật". Ngoài ra còn diễn đạt chủ đề của câu nói.

基本
パターン

［普通形］＋ **なら**

　…Ⓐ**条件** Điều kiện

　…Ⓑ**主題** chủ đề

ポイント

主題を表すときは、「**一番いい手段や方法を勧める**」という用法があります。

Khi diễn đạt chủ đề có ý nghĩa là "khuyên cách làm, phương pháp tốt nhất".

【他の条件表現「〜と」「〜ば」「〜たら」の例】

例1）ここを押す**と**、お湯が出ます。

例2）駅へは、どう行け**ば**いいですか。

例3）雨が降っ**たら**、行くのをやめましょう。

A 条件 Điều kiện
しょうけん

1 Ⓐ 風邪**なら**、早く帰ったほうがいいよ。
かぜ　　　　　はや　かえ

　　Ⓑ うん、そうする。

Ⓐ Nếu bị cảm thì nên về sớm đi.
Ⓑ Vâng, em sẽ làm thế ạ.

2 Ⓐ その学校のことを知ってる**なら**、教えて
がっこう　　　　　　し　　　　　　おし
　　もらえますか。

　　Ⓑ いいですよ。

Ⓐ Nếu biết về trường đó thì chỉ cho tôi nhé.
Ⓑ Được thôi.

3 〈食事の場面で〉
しょくじ　ばめん
　　Ⓐ 嫌い**なら**、残してもいいよ。
きら　　　　　のこ
　　Ⓑ はい。じゃ、そうします。

(Trong khi đang ăn)
Ⓐ Nếu không thích thì bỏ lại cũng được.
Ⓑ Vâng, thế tôi làm vậy ạ.

4 Ⓐ それ、いらない**なら**、ぼくにちょうだい。

　　Ⓑ あ、いいよ。

Ⓐ Nếu không cần cái đó thì cho tớ.
Ⓑ Ừ, đây.

5 Ⓐ 田中先生が空港まで迎えに行ってくれ
た なかせんせい　くうこう　　むか　　い
　　るって。

　　Ⓑ それ**なら**、安心だね。
あんしん

Ⓐ Thầy Tanaka bảo sẽ tới sân bay đón đấy.
Ⓑ Thế thì yên tâm rồi.

6 Ⓐ 山田さんは合格するでしょうか。
やまだ　　　　　ごうかく
　　Ⓑ 彼女**なら**、大丈夫ですよ。
かのじょ　　　　だいじょうぶ

Ⓐ Yamada có đỗ không nhỉ.
Ⓑ Chị Yamada thì yên tâm.

B 主題 Chủ đề
しゅだい

7 Ⓐ パスタを食べる**なら**、駅ビルの２階の店
た　　　　　　えき　　　　かい　みせ
　　がいいですよ。

　　Ⓑ ああ、あそこですか。わかりました。

Ⓐ Nếu ăn mỳ Ý thì quán trên tầng 2 tòa nhà ở ga ngon đấy.
Ⓑ À, chỗ đó hả. Tớ biết rồi.

8 Ⓐ ねえ、フランス語、わかる？
ご
　　Ⓑ フランス語**なら**、青木さんができるよ。
ご　　　　　あおき

Ⓐ Này cậu có biết tiếng Pháp không?
Ⓑ Tiếng Pháp thì anh Aoki biết đấy.

33 これなんか、どう？

kore-nanka doo?
（これなどはどうですか）

● ●

〜なんか／〜など　　〜 chẳng hạn

〈店で友達と〉

Ⓐ これなんか、どう？

Ⓑ いいんじゃない？

(Tại cửa hàng cùng với bạn)
Ⓐ Cái này chẳng hạn, cậu thấy sao?
Ⓑ Cũng được đấy?

意味・使う場面 いろいろある中から主なものを取り上げて、例として示すときに使います。また、後ろに「〜ない」を伴って、軽視や謙遜の意味を表します。

Mẫu câu dùng khi đưa ra ví dụ chính trong rất nhiều thứ khác. Ngoài ra phía sau đi kèm với dạng " ˜ない " sẽ diễn đạt ý khiêm nhường, coi nhẹ.

| 基本パターン | [N／Vなど] ＋ | なんか | …Ⓐ例 |
| | | なんか ＋（ない） | …Ⓑ軽視・謙遜 |

ポイント 「Ⓐ例」の用法では、直接的ではなく、やわらかく聞こえます。また、改まった場面では「〜なんか」の代わりに「〜など」になることもあります。

Cách dùng trong 「Ⓐ例」 là cách nói gián tiếp nghe nhẹ nhàng hơn. Ngoài ra, trong văn cảnh trang trọng thì dùng " ˜など " thay cho 「〜なんか」.

90

A 例　Ví dụ

1　A 今度の歓迎会の場所、「レストランふじ」**なんか**どう？

　　B いいんじゃない。

A Địa điểm buổi tiệc chào mừng lần này ở quán "Restaurant Fuji" được không?
B Được đấy.

2　A 学生の頃は主に皿洗い**なんか**のアルバイトをしてました。

　　B そうですか。

A Thời sinh viên tôi làm thêm chủ yếu là việc rửa bát
B Thế à.

3　〈店で〉
　　A この服に合う靴はありませんか。
　　B こちら**など**、いかがでしょうか。

(tại cửa hàng)
A Có giày nào hợp với trang phục này không?
B Cái này quý khách thấy sao ạ?

B 軽視・謙遜　Coi nhẹ, khiêm nhường

4　A ぼくはうそ**なんか**つかないよ。

　　B わかってるって。

A Tôi không có chuyện nói dối.
B Tôi hiểu mà.

5　A 先生、怒るかなあ。
　　B そんなことで怒ったり**なんか**しないよ。

A Thầy có giận không nhỉ?
B Thầy chẳng giận mấy chuyện thế đâu.

6　A あんな政治家**なんか**に女性の気持ちがわかるわけないよ。

　　B そうだね。

A Cái loại chính trị gia đó thì sao mà hiểu được suy nghĩ của phụ nữ.
B Phải đấy.

7　A こんな難しい問題、私**なんか**にわかるわけがないじゃない。

　　B そうか…。じゃ、誰に聞いたらいいのかなあ。

A Vấn đề khó thế này như tớ sao mà hiểu được.
B Vậy sao. Thế biết hỏi ai bây giờ nhỉ.

PART2
日本語会話の基本文型 80

主に動詞につくもの

主に名詞につくもの

主に形容詞につくもの

文の前につくもの

文の終わりにつくもの

会話をつなぐもの

こそあど

いろいろな形につくもの

34 けんか**ばかり**してるね

kenka-bakari shiteru-ne?
（けんかばかりしていますね）

• •

〜ばかり　　　　　　　toàn ~

Ⓐ あの二人、最近けんかばかりしてるね。
　　ふたり　　さいきん

Ⓑ 前は仲良かったんだけどね。
　まえ　なか よ

Ⓐ Hai người đó dạo này toàn cãi nhau nhỉ.
Ⓑ Trước đây thân thiết là thế...

意味・
使う場面

「Xばかり」は「ほかのものよりXの**量や回数など**が**目立って多い**」
　　　　きょうちょう　　　　　　　　　　　　りょう かいすう　　め だ　　おお
ことを強調します。「Xだけ」は「Xのほかは**全然ない**」という意味です。
　　　　　　　　　　　　　　　　　　　　　ぜんぜん　　　　　　　　い み

" Xばかり " là cách nói nhấn mạnh "số lượng và số lần của X nhiều hơn hẳn những thứ
khác". " Xだけ " lại có nghĩa "Không có gì khác ngoài X".

基本
パターン

[N／Vて（強調したいこと／もの）] ＋ **ばかり（する）** …Ⓐ
　　　　きょうちょう
[Vて（強調したいこと／もの）] ＋ **ばかりいる** …Ⓑ
　　きょうちょう

ポイント

例えば「仕事」の場合、趣味など、ほかのことをほとんどしないで
たと　　し ごと　　ば あい　し ゅ み
「**Ⓐ仕事ばかりする**」と、ほとんど休憩しないで「**Ⓑ（今日は）仕事（を）**
　　し ごと　　　　　　　　　　　　　きゅうけい　　　　　きょう　　　し ごと
してばかりいる」の、2つの言い方ができます。
　　　　　　　　　　　　い かた

Ví dụ: Với từ " 仕事 " có 2 cách nói, hầu như không làm gì khác kể cả sở thích mà chỉ "Ⓐ
仕事ばかりする ", và không nghỉ ngơi gì mà chỉ "Ⓑ （今日は）仕事（を）してばかりいる ".

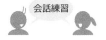

A ［N／Vて］＋ ばかり（する）

1 Ⓐ あの人、文句<u>ばかり</u>言うから嫌い。
  Ⓑ ぼくも。

    Ⓐ Người kia tớ ghét vì hay cằn nhằn.
    Ⓑ Tớ cũng thế.

2 Ⓐ 肉<u>ばかり</u>食べないで、野菜ももっと食べてよ。
  Ⓑ けっこう食べてるよ。

    Ⓐ Đừng chỉ ăn toàn thịt mà ăn nhiều rau nữa vào.
    Ⓑ Tớ ăn khá nhiều mà.

3 Ⓐ 彼はいつもお金のこと<u>ばかり</u>言うんだよね。
  Ⓑ お金が好きなんじゃない？

    Ⓐ Anh ta lúc nào cũng chỉ toàn nói tiền tiền nhi.
    Ⓑ Chắc mê tiền chứ sao.

4 Ⓐ 彼、最近元気ないね。
  Ⓑ うん、ミスして<u>ばかり</u>だしね。

    Ⓐ Dạo này anh ấy không được khỏe nhi.
    Ⓑ Ừ, toàn có sai sót thôi.

5 Ⓐ 会社のこと<u>ばかり</u>考えないで、もっと家のことを考えたほうがいいよ。
  Ⓑ そうですね。

    Ⓐ Cậu đừng toàn nghĩ tới chuyện công ty mà nên nghĩ nhiều hơn chuyện gia đình nữa.
    Ⓑ Vâng.

B ［Vて］＋ ばかりいる

6 Ⓐ 一日中パソコンに向かって<u>ばかりいる</u>と、体が変になっちゃうよ。
  Ⓑ じゃ、ちょっと外の空気でも吸ってこようかな。

    Ⓐ Cả ngày chỉ toàn chúi đầu vào máy tính người điên lên đấy.
    Ⓑ Thế thì ra ngoài hít thở không khí thôi.

7 Ⓐ 寝て<u>ばかりいない</u>で、ちょっと ＊ は手伝ってよ。
  Ⓑ はい、はい。

    Ⓐ Đừng có chỉ biết ngủ, giúp tôi một tay đi.
    Ⓑ Đây đây.

PART1 日本語会話の最重要文型 8

PART2 日本語会話の基本文型 80

主に動詞につくもの

主に名詞につくもの

主に形容詞につくもの

文の前につくもの

文の終わりにつくもの

会話をつなぐもの

こそあど

いろいろな形につくもの

💬MEMO
7 ～は：特にそれを取り上げたり区別したりする表現。

93

35 サルみたいな子だね

saru-mitaina ko-dane

（サルのような子供ですね）

～みたい（似ていること）　　Như là ~ /Giống như là ~

Ⓐ ほら、あの男の子、あんな高い木に登ってる。

Ⓑ サル**みたいな**子だね。落ちなきゃいいけど。

Ⓐ Kìa, thằng bé kia trèo cái cây cao kia kìa.
Ⓑ Như là khỉ ấy nhi. Ngã thì khổ.

意味・使う場面 あるものを別の<u>似ているものにたとえる</u>表現です。「～のようだ」と同じ意味ですが、**くだけた会話では「～みたい」を多く使います。**

Là cách nói ví von một vật này với một vật giống như thế. Tương tự ý nghĩa với cách nói " ～のようだ" nhưng trong hội thoại thân mật thường dùng cách nói " ～みたい".

基本パターン

[N] ＋ **みたい** ＋ ｛（だ）。／な＋N／に＋V　など｝

※慣用的な表現も多い。

例 ばかみたい、夢みたい、子供みたい、女みたい、神様みたい

ポイント

見たり聞いたりしたことを、別の特徴的なものにたとえて表現すると、印象的に伝わる効果があります。たとえるものや文脈によって、驚きが強調されたり、軽蔑のニュアンスが加わったりします。

Khi nói ví von sự việc nhìn thấy, nghe thấy bằng một sự việc khác đặc trưng hơn sẽ tạo được hiệu quả truyền đạt rất ấn tượng. Tùy theo sự vật sự việc ví von và văn cảnh mà nhấn mạnh sự bất ngờ hay thêm vào ý coi nhẹ, khinh khi.

1　Ⓐ 見て。あの女の子、お人形さん**みたい**。
　　Ⓑ ほんとだ。かわいいね。

Ⓐ Nhìn kìa. Bé gái kia trông như búp bê ấy.
Ⓑ Ừ, đáng yêu nhỉ. 。

2　〈美術館の前で〉
　　Ⓐ えっ、今日休み？
　　Ⓑ うそー。2時間かけて来たのに。
　　　ばか**みたい**。

(Trước viện bảo tàng mĩ thuật)
Ⓐ Úa hôm nay lại là ngày nghỉ sao?
Ⓑ Trời đất. Mất hai tiếng để đến đây thế mà... Thật như một đồ ngốc.

3　Ⓐ シャツが *裏返しだよ！
　　　…もう、子供**みたい**。
　　Ⓑ あ、ほんとだ。

Ⓐ Áo mặc trái kìa. Thật như trẻ con.
Ⓑ Ui thật à.

4　Ⓐ 私も彼**みたい**に日本語がうまく話せるようになりたいです。
　　Ⓑ マリアさんなら、大丈夫ですよ。

Ⓐ Tôi cũng muốn nói được tiếng Nhật giỏi như anh ấy.
Ⓑ Chị Maria thì làm được mà.

5　Ⓐ マイケルのコンサート、明日だよね。
　　Ⓑ そう。マイケルに会えるなんて**夢みたいだ**よ。

Ⓑ Buổi hòa nhạc của Micheal vào ngày mai nhỉ.
Ⓑ Ừ. Được gặp Micheal thật như một giấc mơ.

6　Ⓐ その犬のおかげで飼い主の命が助かったんだって。
　　Ⓑ へー、ドラマ**みたいだ**ね。

Ⓐ Nghe nói nhờ con chó đó mà chủ nó được cứu mang đấy.
Ⓑ Oa, cứ như phim ấy nhỉ.

7　Ⓐ マカオはヨーロッパ**みたいな**街だそうですね。
　　Ⓑ ええ。そんな雰囲気がありました。

Ⓐ Nghe nói Ma cao giống như Châu Âu nhỉ.
Ⓑ Ừ, không khí cũng giống thế.

PART1 日本語会話の最重要文型8

PART2 日本語会話の基本文型80

主に動詞につくもの

主に名詞につくもの

主に形容詞につくもの

文の前につくもの

文の終わりにつくもの

会話をつなぐもの

こそあど

いろいろな形につくもの

💡**MEMO**
　3 裏返し：表と裏が逆になっていること。

36 モリさんっていう女性
じょせい

Mori-san-tteiu josee

（モリさんという名前の女性）
なまえ じょせい

〜というN／
〜っていうN／
〜ってN

Tên là 〜/ Gọi là 〜

Ⓐ さっきモリさん**という**女性から電話がありました。
じょせい でんわ

Ⓑ モリさん？ 誰だろう。
だれ

Ⓐ Lúc nãy có điện thoại từ một phụ nữ tên là Mori đấy.
Ⓑ Mori à? Ai nhỉ?

▶ あるものについて、名前など**具体的な情報**を示すことで、どういうものか、
なまえ ぐ たいてき じょうほう しめ
特定する言い方です。
とくてい い かた

Là cách nói về một sự việc như thế nào bằng cách đưa ra thông tin cụ thể như tên của sự vật/
sự việc đó.

[N／V] ＋ **という／っていう／って** ＋ N

会話練習

1 Ⓐ 中央線のさくらやま駅**って**とこで降りて、
ちゅうおうせん えき お
電話して。
でんわ
Ⓑ わかった。

Ⓐ Xuống ga có tên Sakurayama tuyến Chuo thì gọi tớ nhé.
Ⓑ Ừ.

2 Ⓐ すみません、ABC **っていう**ピザ屋に行きた
や い
いんですが…。
Ⓑ ああ、ABC なら、あそこですよ。

Ⓐ Xin lỗi tôi muốn tới cửa hàng pizza có tên là ABC.
Ⓑ À, tiệm ABC thì ở đằng kia kìa.

3 Ⓐ ネットで買う**って**方法もあるよ。
か ほうほう
Ⓑ うーん、やっぱり直接見て確認したいな。
ちょくせつみ かくにん

Ⓐ Có cách là mua trên mạng đấy.
Ⓑ Ừm… Nhưng đúng là phải xem trực tiếp thế nào.

4 Ⓐ 彼、何か食べられないものはある？
かれ なに た
Ⓑ 特にこれがだめ**っていう**ものはないよ。
とく

Ⓐ Anh ấy có gì không ăn được không?
Ⓑ Cũng không có món gì là không ăn được cả.

PART1
日本語会話の
最重要文型
8

PART2
日本語会話の
基本文型
80

主に動詞に
つくもの

主に名詞に
つくもの

主に形容詞に
つくもの

文の前に
つくもの

文の終わりに
つくもの

会話をつなぐ
もの

こそあど

いろいろな形に
つくもの

37 別れたいってこと

wakaretai-tte koto?

（別れたいということですか）

〜ということ／
〜っていうこと／
〜ってこと

Nghĩa là 〜

Ⓐ もう会うの、やめない？

Ⓑ えっ！ 別れたい__ってこと__？

A Thôi đừng gặp nhau nữa nhé!
B Há? Nghĩa là chia tay á?

▶ Ⓐ**伝聞**（自分が知っている情報を相手に伝える用法）と、Ⓑ**確認**（情報を要約したり状況を確かめたりする用法）とに分けられます。

" 〜ということ " được chia thành 2 cách dùng, Ⓐ mang nghĩ truyền đạt (Dùng khi truyền đạt cho đối phương thông tin mình biết), Ⓑ mang nghĩa xác nhận (Dùng khi tóm tắt hay xác nhận lại nội dung đã nghe từ đối phương).

基本パターン	[文／N]＋__という／〜っていう／〜って＋こと（です）__ …Ⓐ**伝聞**
	[文／N]＋__という／〜っていう／〜って＋こと（です（か））__ …Ⓑ**確認**
	※「こと」のところには、ほかにも「話／説明／連絡／メモ／記事／内容」などが入る。

会話練習

Ⓐ 1　Ⓐ 天気予報によると、雨はこれからもっと強くなる__ということです。__

　　Ⓑ そうですか。じゃ、気をつけます。

A Theo dự báo thời tiết nghe nói từ giờ mưa càng mạnh hơn.
B Thế hả. Thế thì phải cẩn thận.

　2　Ⓐ 運動会はどうなるんでしょう。

　　Ⓑ 延期になる__っていうことです。__

A Buổi hội thao không biết thế nào nhỉ?
B Nghe nói là hoãn.

Ⓑ 3　Ⓐ もう少し安くしてもらえませんか。

　　Ⓑ う〜ん。…じゃ、今回だけ特別サービス__ということで。__

A Có thể giảm giá một chút nữa được không ạ?
B Ừm... Thôi coi như lần này ưu đãi đặc biệt thôi đấy.

97

38 明るくていいね
あか
akarukute ii-ne
（明るくていいですね）
あか

● ●

～ていい／～でいい　　～ được, ~ tốt

Ⓐ この部屋は明るく**ていい**ね。
へや　あか

Ⓑ うん、南向きだから。
みなみ む

Ⓐ Phòng này sáng thích nhỉ.
Ⓑ Ừ, vì hướng nam mà.

意味・使う場面　「いい」の「good, ok」という意味が基本に幅広く使われる表現です。
このうち特に、よい点をあげて、ほめる表現です。
とく　　　てん　　　　　ひょうげん

"いい" là cách nói được sử dụng rộng dãi với ý nghĩa cơ bản là "good, ok". Trong đó đặc biệt là cách nói đưa ra điểm tốt để khen ngợi.

基本
パターン

[A ／ NA] ＋ **ていい／でいい** …Ⓐ

[V（＊状態・状況を表す動詞）] ＋ **ていい／でいい** …Ⓑ
じょうたい　じょうきょう　あらわ　どうし

＊ある／いる／なる／できる など

ポイント

会話では「**～て／で＋いい**」と言うのが普通で、「～ことがいい」「～点がいい」という言い方は書き言葉的になります。
かいわ　　　　　　　　　　　　　　い　　ふつう　　　　　てん

※「～て／で＋よかった」もよく使われる。この場合、結果に対する「ほっとした気持ち」を表す。⑩近くてよかった。／会えてよかった。
きも　　あらわ　　ちか　　　　　　　　あ

Trong văn nói, bình thường hay nói "～て／で　いい", còn khi viết thì dùng mẫu "～ことがいい" "～点がいい"

※ Mẫu câu "～て／で　よかった" cũng thường hay dùng, trong trường hợp này thể hiện ý nghĩa "cảm thấy nhẹ nhõm, an tâm" với một "kết quả"

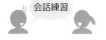

（会話練習）

PART2 ● 日本語会話の基本文型 80

A [A／NA] ＋ ていい／でいい

1　A 駅から近く**ていい**じゃない、この部屋。
　　B そのかわり、けっこううるさいんだよ。

A Căn này gần ga được đấy chứ.
B Nhưng ngược lại lại khá ồn đấy.

2　A この説明、わかりやすく**ていい**。
　　B うん、これなら誰でもわかるね。

A Giải thích này dễ hiểu hay quá.
B Ừ, thế này thì ai cũng hiểu nhỉ.

3　A この曲は簡単**でいい**よ。
　　B ほんとですか。じゃ、練習してみます。

A Bản nhạc này đơn giản được đấy.
B Thật ấy ạ. Thế thì em luyện thử.

4　A 森先生は説明が丁寧**でいい**ね。
　　B うん。ときどき冗談も言うしね。

A Thầy Mori giải thích cặn kẽ thích nhỉ.
B Ừ, lại còn thỉnh thoảng nói đùa nữa chứ.

B [V] ＋ ていい／でいい

5　A あの選手は元気があっ**ていい**ね。
　　B うん。スピードもあるしね。

A Vận động viên kia khỏe nhỉ.
B Ừ, còn tốc độ nữa.

6　A 来月、コンビニができるんだって。
　　B へー。便利になっ**ていい**ね。

A Nghe nói tháng sau sẽ có cửa hàng tiện ích đấy.
B Ồ, thế thì tiện lợi lên bao nhiêu nhỉ.

7　A このプログラムはよさそうだね。
　　B うん。いろいろな経験ができ**ていい**みたい。

A Chương trình này có vẻ được đấy nhỉ.
B Ừ, hay là được trải nghiệm nhiều thứ.

8　A 少し待って急行に乗ろうか。
　　B うん。そのほうが早く着い**ていい**と思う。

A Đợi một chút rồi lên tàu tốc hành nhỉ.
B Ừ, đi thế lại tới nhanh hơn đấy.

PART1 日本語会話の最重要文型 8

PART2 日本語会話の基本文型 80

主に動詞につくもの
主に名詞につくもの
主に形容詞につくもの
文の前につくもの
文の終わりにつくもの
会話をつなぐもの
こそあど
いろいろな形につくもの

99

39 けっこう忙しい
kekkoo isogashii
（すごくではないが、かなり忙しいです）

けっこう　　　　　　　　khá ~

Ⓐ 今度の仕事、**けっこう**忙しいんだよ。

Ⓑ でも、仕事自体は面白いんでしょ。

Ⓐ そうだね。

Ⓐ Công việc lần này khá bận đấy.
Ⓑ Nhưng nội dung công việc lại thú vị nhi.
Ⓐ Ừ phải.

意味・使う場面

最近の会話表現です。何かが予想や期待と違うときに、「意外に」という意味を持たせて言います。

Là cách nói hội thoại gần đây mới có. Khi điều gì đó khác với dự đoán, mong đợi thì được dùng với nghĩa "không ngờ tới". Được dùng như một phó từ.

基本パターン	けっこう＋［A／NA］ …Ⓐ
	けっこう＋［V／文］ …Ⓑ

ポイント

「よい」という意味の「けっこう」と一緒にしないことが大切です。この「けっこう」は形容詞でなく副詞として使われていることに注意してください。

❗ これでいいですか。──はい、けっこうです。

Quan trọng là không được dùng lẫn với " けっこう " có nghĩa " 良い "(tốt). Chú ý từ " けっこう " này được dùng là phó từ chứ không phải tính từ.

A けっこう ＋ ［A］

1 A この机、**けっこう重**いんだ。
　B じゃ、二人で運ぼう。

　A Cái bàn này khá nặng đấy nhỉ.
　B Thế hai người cùng chuyển thôi.

2 A この本、**けっこう面白**いよ。
　B そうなんだ。じゃ、ぼくも読んで
　　み＊ようかな。

　A Cuốn sách này khá hay đấy.
　B Thế hả. Thế tớ cũng phải đọc thử
　　xem sao.

3 A まだあ？　**けっこう遠**いね。
　B もうすぐだよ。

　A Chưa tới nơi à. Khá xa nhỉ.
　B Sắp đến rồi đây.

B けっこう ＋ ［V／文］

4 A **けっこう混**んでるね。
　B うん。ほかの店にしようか。

　A Đông thế nhỉ.
　B Ừ đi quán khác nhé.

5 A 作るのに**けっこう時間**がかかっちゃった。
　B でも、すごくおいしいよ。

　A Mất nhiều thời gian để làm món này
　　đấy.
　B Nhưng rất ngon mà.

6 〈山登りのサークルについて〉
　A 山登りだと、男性が多いんですか。
　B いえ、**けっこう女性**の方もいますよ。

　(Về câu lạc bộ leo núi)
　A Leo núi nhiều con trai không ạ?
　B Không, cũng có khá nhiều nữ đấy.

7 A 私たちは湖のほうまで散歩しようと思い
　　ます。
　B そうですか。でも、ここからだと、
　　けっこう歩きますよ。

　A Bọn tớ định đi bộ đến hồ.
　B Thế hả. Nhưng từ đây phải đi bộ kha
　　khá đấy.

MEMO　2 ～ようかな：意志を表す「よう」＋疑問を表す「かな」。
　　　　dạng「よう」thể hiện ý chí +「かな」nghi vấn

40 ほんと、うれしい

honto, ureshii

（本当にうれしいです）
ほんとう

• •

ほんと／ほんとに　　　Thật, thật là

Ⓐ えっ、誕生日、覚えてくれてたの⁉
たんじょうび　おぼ

Ⓑ もちろん。プレゼント、みんなで選んだんだよ。
えら

Ⓐ ありがとう。…**ほんと**、うれしい。

Ⓐ Ôi cậu nhớ sinh nhật mình sao

Ⓑ Tất nhiên, quà này là mọi người cùng chọn đấy.

Ⓐ Cám ơn. Mình thật sự rất vui.

意味・
使う場面

「うそ」の反対を意味する「**ほんとう**」は、会話の中ではしばしば「**ほんと**」と短くなります。また「**ほんとに／ほんと**」の形で、主張の内容を強める副詞のようにも使います。
はんたい　いみ　　　　　　　　　　　　　　　なか　　　　　　　　　　　　　　　　　　　　かたち　しゅちょう　ない　よう　つよ　ふくし　つか

Từ " ほんとう " trái nghĩa với " うそ " đôi lúc được nói ngắn thành " ほんと " trong hội thoại. Ngoài ra cách nói " ほんとに／ほんと " còn được dùng như phó từ nhấn mạnh nội dung muốn nói.

基本
パターン

［前の発言など］＋ <u>（は）</u> ＋ **ほんと（だ）**
まえ　はつげん

…Ⓐ 本当である
ほんとう

ほんと ＋ <u>（に）</u> ＋ ［強調したいこと］
きょうちょう

…Ⓑ 本当に、まさに
ほんとう

ポイント

信じられない話を聞いたとき、「**ほんと？**」と言ったりします。また、副詞的な強調の「**ほんと**」は、会話で「**ほんと、人が多い**」「**ほんと暑い**」「**ほんと、おいしい**」のように形容詞を強めるのによく使います。
しん　　　　はなし　き　　　　　　　　　　　　　　　　　　　　　　い　ふくしてき　きょうちょう　　　　　　　　　　　　　かいわ　　　　　　ひと　おお　　　　あつ　　　　　　　　　　　　　　　　　　　けいようし　つよ　　　　　　つか

Chúng ta thường nói " ほんと？ " khi nghe một chuyện khó tin. Ngoài ra, " ほんと " mang nghĩa nhấn mạnh như một phó từ còn thường được dùng để nhấn mạnh ý của tính từ trong hội thoại như 「ほんと、人が多い」「ほんと暑い」「ほんと、おいしい」.

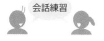

A 本当である   Sự thật
ほんとう

1 A <u>ほんと</u>だよ。どうして信じてくれないの。
                      しん
  B だって、いつもうそばっかり言ってるから。
                       い

A Thật mà. Sao không chịu tin tôi?
B Thì tại lúc nào cũng nói dối chứ sao.

2 A <u>ほんと</u>か、うそか、よく調べてみよう。
                  しら
  B そうしよう。

A Phải tìm hiểu kĩ xem là thật hay dối.
B Đồng ý.

3 A 具体的なデータとかはありません。
   ぐ たいてき
  B つまり、<u>ほんと</u>かどうか、わからないって
    いうことですね。

A Không có số liệu cụ thể gì cả.
B Nghĩa là không biết là thật hay không nhỉ.

B 本当に、まさに   Thực sự, rõ ràng là
ほんとう

4 A どうして教えてくれなかったの？
       おし
  B <u>ほんと</u>、知らなかったんだよ。
        し

A Tại sao không chỉ cho tôi há?
B Thì vì không biết thật mà.

5 A あの人、他人の迷惑は考えないのかな。
     ひと   たにん   めいわく   かんが
  B <u>ほんと</u>腹が立つね。
       はら た

A Anh ta không thấy phiền tới người khác hay sao nhỉ.
B Bực mình thật đấy.

6 A 最近は一人暮らしの年寄りを狙った詐欺が
   さいきん ひとりぐ   としよ   ねら   さぎ
   多いね。
   おお
  B <u>ほんと</u>、ひどい話だね。
         はなし

A Dạo này nhiều vụ lừa đảo nhắm vào người già sống 1 mình thật.
B Nhẫn tâm thật đấy.

7 A この薬、<u>ほんとに</u>よく効くよ。
    くすり   き
  B そうなんですか。じゃ、今度試してみます。
               こんどため

A Thuốc này nhạy thật đấy.
B Thế hả. Thế để lần sau thử.

PART1
日本語会話の最重要文型 8

PART2
日本語会話の基本文型 80

主に動詞につくもの

主に名詞につくもの

主に形容詞につくもの

文の前につくもの

文の終わりにつくもの

会話をつなぐもの

こそあど

いろいろな形につくもの

41 あのう、ちょっと伺いますが

あのう
Ừm...
/ xin lỗi...

anoo, chotto ukagaimasu-ga
（あのう、ちょっと伺いますが、いいですか）

Ⓐ **あのう**、ちょっと伺いますが。
Ⓑ はい。
Ⓐ この近くにコンビニはないでしょうか。

Ⓐ Ừm... cho tôi hỏi một chút.
Ⓑ Vâng.
Ⓐ Gần đây có cửa hàng tiện ích không ạ?

▶ 相手の時間をとることへの申し訳ない気持ちを表す言葉です。突然、言いたいことを言うのではなく、まず「あのう」の一言で<u>相手の注意を引き</u>、<u>相手が反応してから</u>、依頼や質問などを述べます。くだけた会話では「あのさ（あ）」をよく使います。

Là cách nói thể hiện sự e ngại vì làm mất thời gian của đối phương. Không đường đột nói ra việc cần nói mà nên nói 「あのう」đầu tiên để thu hút sự chú ý của đối phương, xem phản ứng của đối phương ra sao mới đưa ra câu hỏi hay nhờ vả. Trong cách nói suồng sã thì thường dùng あのさ（あ）」.

 基本 パターン **あのう** ＋［文］ { ···Ⓐ **話しかける**
···Ⓑ **相手の注意を引く**

 会話練習

1 Ⓐ **あのう**…。ちょっとお願いがあるんですが。
　Ⓑ はい、何ですか。

Ⓐ Xin lỗi cho tôi nhờ một chút.
Ⓑ Vâng có chuyện gì vậy?

2 Ⓐ **あのう**、ひょっとしてスズキさんですか。
　Ⓑ はい、そうですが。

Ⓐ Xin lỗi, có phải anh Suzuki không ạ?
Ⓑ Vâng, là tôi đây.

3 Ⓐ **あのさ**、これは急がなくてもいいんじゃない？
　Ⓑ そうだね。

Ⓐ Ừm, cái này không phải vội đâu?
Ⓑ Ừ.

42 ねえ、聞いた？

nee, kiita?

（すみません、聞きましたか）

ねえ

Này này...

Ⓐ ねえ、聞いた？　レポートのこと。

Ⓑ え？　何、それ？

Ⓐ Này này nghe gì chưa? Vụ viết báo cáo ấy.
Ⓑ Ủa? Gì cơ?

▶ <u>相手に話しかける</u>ときや、<u>話の内容に相手の注意を引きたい</u>ときなどに使います。親しい間で使うのが基本ですが、くだけた言い方として、店の人などに使う場合もあります。

Dùng khi bắt chuyện với đối phương hay khi muốn lôi kéo sự chú ý của đối phương vào câu chuyện. Cơ bản từ này được dùng trong mối quan hệ thân thiết nhưng đôi khi cũng được dùng với cách nói suồng sã, chẳng hạn như với nhân viên nhà hàng.

| 基本パターン | ねえ ＋ ［文］ | …Ⓐ 話しかける |
| | | …Ⓑ 相手の注意を引く |

 会話練習

Ⓐ 1　Ⓐ ねえ、ちょっと聞いて。
　　　Ⓑ うん、何？

Ⓐ Này tớ bảo.
Ⓑ Ừ gì thế?

Ⓑ 2　Ⓐ ねえ、ねえ、聞いてる？
　　　Ⓑ ああ、ちゃんと聞いてるよ。

Ⓐ Này này, có nghe không đấy?
Ⓑ À, có nghe mà.

　3　Ⓐ ねえ、このくつ、どう？
　　　Ⓑ いいんじゃない、歩き＊やすそうで。

Ⓐ Này, đôi giầy này thế nào?
Ⓑ Được đấy, trông có vẻ dễ đi.

🎧MEMO
3 〜やすい：簡単に〜できる。

主に動詞につくもの
主に名詞につくもの
主に形容詞につくもの
文の前につくもの
文の終わりにつくもの
会話をつなぐもの
こそあど
いろいろな形につくもの

43 ほら、これだよ

hora, kore-dayo
（ほら、これですよ）

ほら

Kìa, kia kìa/ Đó!/
Đây này/ Nào!

Ⓐ <u>ほら</u>、これだよ、この写真。
Ⓑ え？　よく見せて。

Ⓐ Đây, là cái này, là bức ảnh này đấy.
Ⓑ Đâu? Cho tớ xem nào.

▶ **実際の例を見せる**などして、**相手の注意を引いたり承認を求めたり**すると
きの表現です。相手に対する要求が強く出る表現ですから、友達や親しい
同僚などに使います。

Là cách nói dùng khi muốn đối phương chú ý hoặc thừa nhận bằng cách đưa ra một ví dụ cụ
thể. Là cách nói yêu cầu mạnh với đối phương nên chỉ dùng với bạn bè hoặc đồng nghiệp thân
thiết.

基本
パターン

ほら ＋ ［文］
{
…Ⓐ 相手の注意を引く
A Lôi kéo chú ý của đối phương

…Ⓑ 自分の主張を認めるよう求める
Muốn đối phương thừa nhận
}

会話練習

Ⓐ 1　Ⓐ <u>ほら</u>、これ、見て。
　　　Ⓑ わっ、すごい。

Ⓐ Này, xem cái này đi!
Ⓑ Oa, tuyệt quá.

　 2　Ⓐ <u>ほら</u>、気をつけて。人にぶつかるよ。
　　　Ⓑ 大丈夫だって。

Ⓐ Nào, cẩn thận. Va vào người khác bây
giờ.
Ⓑ Không sao mà lại.

Ⓑ 3　Ⓐ <u>ほら</u>、私の言ったとおりじゃない。
　　　Ⓑ ほんとだ。よくわかったね。

Ⓐ Đấy, đúng như tớ nói còn gì.
Ⓑ Ừ nhỉ. Cậu giỏi nhỉ.

106

あれ？

Ủa? Ơ kìa.. Ơ?

44 あれ？ 雨が降ってる

are? ame-ga futte-ru

（あれ？　雨が降っています）

A **あれ？**　雨が降ってる。

B え？　降ってるの？

A Ủa? Trời đang mưa kìa.
B Hả? Mưa á?

▶ 突然、何かに気づいて、驚いたり疑問を感じたりしたときに使う表現です。

Là từ dùng khi đột nhiên nhận ra một vấn đề hay cảm thấy bất ngờ, có nghi vấn nào đó.

基本パターン **あれ？** ＋「疑問を表す文」など

 会話練習

1 A **あれ？**　ここにかぎ、なかった？

　B 知らない。

A Ơ? Khóa để ở đây đâu rồi?
B Không biết.

2 A **あれ？**　今日って、何曜日だったっけ？

　B 木曜だよ。

A Ủa? Hôm nay là thứ mấy ấy nhỉ?
B Thứ 5

3 A **あれ？**　私、言ってなかった？

　B うん。聞いてないよ。

A Ơ? Tớ chưa nói à?
B Ừ, có nghe gì đâu.

PART1
日本語会話の最重要文型8

PART2
日本語会話の基本文型80

主に動詞につくもの

主に名詞につくもの

主に形容詞につくもの

文の前につくもの

文の終わりにつくもの

会話をつなぐもの

こそあど

いろいろな形につくもの

45 さあ、どうだろう ┊ さあ

saa, doodaroo
（さあ、どうでしょう）

┊ Chịu.../ Ừm.../ Nào...

Ⓐ〈店で〉これ、明日でも食べられるのかなあ。
Ⓑ **さあ**、どうだろう。聞いてみたら？

Ⓐ (Tại cửa hàng) Cái này để mai có ăn được không nhỉ.
Ⓑ Ừm... không biết thế nào, hỏi thử xem sao.

▶ Ⓐ **答えがわからず返事ができない**ことを表すとき、前置きとして使います。
また、Ⓑ**相手の行動を促す**ときの前置きにも使います。

Ⓐ Được dùng như một từ mào đầu khi không biết câu trả lời và không thể đáp lại ra sao. Ngoài ra cũng có cách dùng Ⓑ được đặt trước câu thúc giục đối phương.

基本パターン	**さあ** ＋［文（わからないことを表す）］ …Ⓐ**答えができない**
	さあ ＋ $\begin{bmatrix} [V う] \\ [V る／V ます]＋よ \end{bmatrix}$ など } …Ⓑ**行動を促す**

Ⓐ1 Ⓐ ホンダっていう女の人、知ってる？
　　Ⓑ **さあ**…。知らないです。

Ⓐ Cậu có biết cô tên là Honda không?
Ⓑ Chịu.... Tớ không biết

　2 Ⓐ １週間でできるかなあ。
　　Ⓑ **さあ**…。難しいんじゃないですか。

Ⓐ Một tuần có xong không nhỉ.
Ⓑ Ừm... chắc khó đấy.

Ⓑ3 Ⓐ **さあ**、出かけるよ。準備はいい？
　　Ⓑ ちょっと待ってよ。

Ⓐ Nào đi thôi. Chuẩn bị xong chưa?
Ⓑ Đợi một chút với

108

46 まあ、大丈夫でしょ

だいじょうぶ

maa, daijoobu-desho

（まあ、大丈夫でしょう）
だいじょうぶ

まあ

Thôi...

Ⓐ あ、かさ、持ってくるの、忘れた。
も　　　　　　　　　　　わす

Ⓑ **まあ**、大丈夫でしょ。降っても、すぐやみますよ。
だいじょうぶ　　　　ふ

A Ôi tớ quen không mang ô đi rồi.
B Thôi không sao. Có mưa chắc cũng tạnh ngay thôi.

▶ Ⓐ「**十分ではないが、許せる範囲だ／大体 OK だ**」ということを言う前置
じゅうぶん　　　　　　ゆる　　はんい　　たいたい　　　　　　　　　　　　　　　　い　まえお
きの表現です。「**確かではないが、ある程度言える**」という気持ちを含み、
ひょうげん　　　　　たし　　　　　　　　　　ていど　い　　　　　きも　　ふく
会話のあちこちで使います。Ⓑ**驚きや感動を示す前置きの表現です**。
かいわ　　　　　　　つか　　　　　　おどろ　　かんどう　しめ　まえお　　ひょうげん
※「**とりあえず、とにかく**」という意味でも使う。
いみ　　　　つか
㊀まあ、お入りください。／まあ、がんばって。
はい

Ⓐ Là cách nói mào đầu khi nói "Dù không đủ nhưng cũng trong phạm vi cho phép, đại khái là
được". Dùng trong hội thoại thể hiện tâm lí "Không hẳn thế nhưng ở mức độ có thể nói như
thế". Ⓑ Là cách nói mào đầu thể hiện sự bất ngờ, cảm động.

基本パターン	
まあ＋[文] ぶん	…Ⓐ**十分ではないが、許せる範囲だ** じゅうぶん　　　　ゆる　　はんい
まあ＋[A／NA／文] ぶん	…Ⓑ**感動を示す** かんどう　しめ

会話練習

Ⓐ1　Ⓐ どうして、その部屋にしたの？
へや
　　　Ⓑ **まあ**、駅から近かったし、部屋もきれい
えき　　ちか　　　　　　　　へや
　　　だったから。

A Sao cậu lại chọn nhà đó?
B Thì cũng cần ga mà phòng ốc cũng sạch sẽ.

Ⓑ2　Ⓐ **まあ**、きれい、この花。
はな
　　　Ⓑ ほんとだ。

A Ôi hoa này đẹp quá.
B Ừ đẹp thật.

　3　Ⓐ **まあ**、びっくりしましたよ、昨日の試合。
きのう　しあい
　　　Ⓑ 大逆転でしたね。
だいぎゃくてん

A Ôi bất ngờ thật, trận đấu hôm
qua ấy.
B Lội ngược dòng ngoạn mục nhỉ.

主に動詞につくもの
主に名詞につくもの
主に形容詞につくもの
文の前につくもの
文の終わりにつくもの
会話をつなぐもの
こそあど
いろいろな形につくもの

109

47 そしたら、ボウリングでもする？

soshitara, booringu-demo suru?

（そうしたら、ボウリングでもしますか）

● ●

そしたら／だったら　　Nếu thế thì

Ⓐ 明日も降りそうだね。山は無理だよ。
あした　ふ　　　　　　やま　むり

Ⓑ <u>そしたら</u>、ボウリングでもする？

Ⓐ Ngày mai có vẻ mưa nên không đi chơi núi được đâu.
Ⓑ Thế thì chơi bowling không?

意味・使う場面 📎「X。**そしたら** Y。」「X。**だったら** Y。」の形で、「X なら Y」という意味
を表します。「<u>予定や状況に関する新情報</u>（X）」を受けて、<u>対応</u>（Y）
あらわ　　よてい じょうきょう かん　しんじょうほう　　う　　たいおう
を述べるときに使います。
の　　つか

Mẫu câu "X。そしたら Y。" "X。だったら Y。" mang ý nghĩa "X なら Y". Dùng khi nói về
cách xử lý (Y) trong trường hợp "(X) thông tin mới liên quan đến kế hoạch, tình hình".

基本
パターン

[前の文（今の状況に関する新情報）]
まえ ぶん　いま じょうきょう かん　しんじょうほう

＋ <u>そしたら</u> ＋ [意見・提案など] …Ⓐ そしたら
　　　　　　　　　　いけん ていあん

＋ <u>だったら</u> ＋ [意見・提案など] …Ⓑ だったら
　　　　　　　　　　いけん ていあん

ポイント

「**そうしたら**」の短くなったものが「**そしたら**」、「**それだったら**」の
みじか
短くなったものが「**だったら**」です。
みじか

※「そしたら」「だったら」はかなりくだけた表現なので、仕事で客に言う場合は、
　　　　　　　　　　　　　　　　　ひょうげん　　　しごと きゃく い ばあい
「そうしましたら」を使うことが多いです。
　　　　　　　　　つか　　　おお

Cách nói " そしたら " là cách nói ngắn của " そうしたら ", còn " だったら " là cách nói ngắn
của " それだったら "

A そしたら

1 A 結果がわかるのは今日の夜なんです。
けっか　　　　　きょう　よる

B **そしたら**、明日連絡をください。
あした れんらく

    A Tối nay sẽ biết kết quả.
    B Thế thì ngày mai nhắn tớ nhé.

2 A 今日はちょっとお腹の調子が悪いんです。
きょう　　　　　なか ちょうし わる

B **そしたら**、何か消化のいいものがいいで
なに しょうか

すね。

    A Hôm nay bụng tôi không được khỏe lắm.
    B Thế thì nên ăn gì tốt cho tiêu hóa nhỉ.

3 A 明日、セミナーに行く時間ないなあ。
あした　　　　　　い じかん

B **そしたら**、私が代わりに行きましょうか。
わたし か い

    A Ngày mai không có thời gian đi hội thảo rồi.
    B Thế thì để tôi đi thay nhé.

4 〈プレゼントを買う〉
か

A さくらちゃんって、6歳でしょ。
さい

そしたら、絵本がいいよ。
え ほん

B うん。絵本はいいね。
え ほん

    (mua quà)
    A Bé Sakura 6 tuổi đúng không. Thế thì nên đọc sách tranh.
    B Ừ, sách tranh hay đấy nhỉ.

B だったら

5 A 5時集合だと、コンサートが始まるまで
じ しゅうごう　　　　　　　　　　　はじ

けっこう待つよ。
ま

B **だったら**、もう少し遅くする？
すこ おそ

    A Tập trung từ 5h thì phải đợi khá lâu trước giờ biểu diễn đấy.
    B Thế để muộn hơn một chút nhé?

6 A 休みは3日しかとれないなあ。
やす

B **だったら**、京都はやめて、近くの温泉に
きょうと ちか おんせん

する？

    A Được nghỉ có 3 ngày thôi.
    B Thế thì không đi Kyoto nữa mà đi suối nước nóng gần gần nhé.

7 A 予算は5万円です。
よ さん まんえん

B **だったら**、その店でも大丈夫だよ。
みせ だいじょうぶ

    A Ngân sách là 50 nghìn yên.
    B Thế thì mua được ở cửa hàng ngày đấy.

8 A あ、そうだ。金曜の食事会、行けなくなっ
きんよう しょく じ かい い

たんだ。

B **だったら**早く言ってよ。もう予約してあ
はや い よやく

るんだから。

    A À phải rồi. mình không đi được bữa tiệc hôm thứ 6 nữa.
    B Thế thì phải nói sớm chứ. Tớ đã đặt chỗ rồi.

PART1
日本語会話の最重要文型8

PART2
日本語会話の基本文型80

主に動詞につくもの
主に名詞につくもの
主に形容詞につくもの
文の前につくもの
文の終わりにつくもの
会話をつなぐもの
こそあど
いろいろな形につくもの

CD 48

48 彼女に嫌われる**な**
かのじょ　きら
kanojo-ni kirawareru-na
（彼女に嫌われるでしょう）
かのじょ　きら

〜な　　　　　　　　　　　Nhi

Ⓐ こんなこと言ったら、彼女に嫌われる**な**。
　　　　　い　　　　　かのじょ　きら
Ⓑ そんなことないと思うよ。
　　　　　　　　　　おも

Ⓐ Nói thế thế nào cũng bị cô ấy ghét nhỉ.
Ⓑ Tớ nghĩ không có chuyện đó đâu.

意味・
使う場面

文の最後に付け加えて、**深く感じる気持ち**や**納得する気持ち**などを表
ぶん　さいご　つ　くわ　　　ふか　かん　きも　　　なっとく　きも　　　　　　あらわ
します。

※禁止の「〜な」はこの本では取り上げていません。
きんし　　　　　　　ほん　　と　あ

Là từ thường thêm vào cuối câu để thể hiện cảm xúc khi cảm thấy điều gì rõ rệt hoặc
đồng tình với một việc nào đó.

☞参照 「〜なあ」（49）、「〜かな」（50）、「〜かなあ」（51）
さんしょう

基本
パターン

[文（普通体）]＋ **な**
ぶん　ふつうたい
Ⓐ 感動や軽い願望などを表す
かんどう　かる　がんぼう　　　あらわ
Ⓑ 自分の判断や気持ちを確かめながら言う
じぶん　はんだん　きも　　たし　　　　　い
Ⓒ 主張などの調子をやわらかくする
しゅちょう　　　ちょうし
※「〜ですな」「〜ますな」は、年配の男性しか使いません。
ねんぱい　だんせい　　つか

ポイント

「な」と「なあ」は共通する部分が多いですが、「なあ」のほうが、よ
きょうつう　ぶぶん　おお
り感情を含んだ表現です。
かんじょう　ふく　ひょうげん

「な」và「なあ」có nhiều điểm chung nhưng「なあ」thì hàm chứa nhiều cảm xúc của người
nói hơn.

PART1
日本語会話の最重要文型 8

PART2
日本語会話の基本文型 80

主に動詞につくもの

主に名詞につくもの

主に形容詞につくもの

文の前につくもの

文の終わりにつくもの

会話をつなぐもの

こそあど

いろいろな形につくもの

A 感動や軽い願望などを表す　Thể hiện sự cảm kích, nguyện vọng nhỏ

1　Ａ　さすがプロだ**な**。レベルが全然違うよ。

　　　Ｂ　ほんと。

　　　Ａ　Đúng là chuyện nghiệp nhỉ. Trình độ khác hẳn luôn.
　　　Ｂ　Chuẩn!

2　Ａ　明日晴れるといい**な**。

　　　Ｂ　晴れなきゃ、困るよ。

　　　Ａ　Giá mai nắng nhỉ
　　　Ｂ　Không nắng thì gay go.

3　Ａ　あ、これ、便利。私も 1 個欲しい**な**。

　　　Ｂ　ふーん。じゃ、1 個買えば？

　　　Ａ　A, cái này tiện lắm. Tớ cũng muốn có 1 cái quá.
　　　Ｂ　Thế á. Thế thì mua 1 cái.

B 自分の判断や気持ちを確かめるように言う　Dùng để xác nhận lại đánh giá hay suy nghĩ của bản thân

4　Ａ　土曜だから、きっと混んでるだろう**な**。

　　　Ｂ　そうだね。

　　　Ａ　Thứ bảy chắc chắn sẽ đông nhỉ.
　　　Ｂ　Ừ.

5　Ａ　その時はどんな気持ちだったの？

　　　Ｂ　うーん、言葉で説明するのはちょっと
　　　　　難しい**な**。

　　　Ａ　Lúc đó tâm trạng của cậu sao?
　　　Ｂ　Ừm... Hơi khó thể hiện thành lời nhỉ.

6　Ａ　何色にしたの？

　　　Ｂ　最初は緑がいい**な**って思ったんだけど、
　　　　　結局、青にした。

　　　Ａ　Cậu chọn màu gì?
　　　Ｂ　Mới đầu thì tớ thấy màu xanh lá cây hay nhưng cuối cùng thì lấy xanh dương.

C 主張などの調子をやわらかくする　Giảm nhẹ bớt ý kiến của bản thân

7　Ａ　係を決めれば、いいんじゃない？

　　　Ｂ　私は反対だ**な**。全員でやるべきだと思う。

　　　Ａ　Chọn ra người phụ trách là được mà.
　　　Ｂ　Tớ thì phản đối. Tớ nghĩ nên tất cả cùng làm.

8　Ａ　食器洗い機は欲しいと思わない？

　　　Ｂ　私は別に欲しくない**な**。場所、* とるし。

　　　Ａ　Cậu có muốn có máy rửa bát không?
　　　Ｂ　Tớ thì không thích lắm. Vì tốn chỗ quá.

🎧 **MEMO**　**8** とる：「場所をとる」で「場所を使う」という意味。「時間をとる」も同じ意味の表現。

113

49 困ったなあ
こま
komatta-naa
（実に困りました）
じつ こま

・・

〜なあ　　　　　　　　　　　　　　〜 nhi/ 〜 lắm/ 〜 mà

Ⓐ 困ったなあ。 間に合わないよ。
　 こま　　　　　　ま　あ
Ⓑ どうしたんですか。

Ⓐ Gay nhỉ. Không kịp rồi.
Ⓑ Sao thế?

意味・ 「〜な」が長くなった形で、文の最後に付け加えて、**深く感じている**
　　　　　　　　　　　なが　　かたち　ぶん　さいご　　つ　くわ　　　ふか　かん
使う場面 **気持ち**を表します。
　　　　 きも　　あらわ

Là dạng nói kéo dài của「〜な」, thêm vào cuối câu để thể hiện sự cảm nhận rõ ràng.

基本 パターン	［文］ + なあ	Ⓐ 感動、悲しみ・不満、願望を表す 　 かんどう　 かな　　ふ まん　 がんぼう　 あらわ Ⓑ 判断する 　 はんだん

相手に語りかける「〜ね」と違い、**独り言のような言い方**になります。
あいて　かた　　　　　　　　　ちが　　 ひと ごと　　　　 い かた

ポイント

Cách nói này khác với từ「〜ね」dùng khi bắt chuyện với đối phương, thường dùng khi có
ý đang tự nói với chính bản thân.

A 感動、悲しみ・不満、願望を表す Thể hiện sự cảm kích, nỗi buồn, bất mãn, nguyện vọng.

1　A やっぱり自然っていい**なあ**。
　　B 心が洗われるよね。

A Đúng là thiên nhiên hay thật nhi
B Tâm hồn được gột rửa nhi.

2　A 寒い**なあ**。風邪引きそうだよ。
　　B ほんと。真冬だよね。

A Lạnh nhi. Ốm mất thôi.
B Ừ, giữa mùa đông mà.

3　A 一人で行くのはいやだ**なあ**。一緒に
　　行ってよ。
　　B 子供みたいなこと、言わないでよ。

A Tớ sợ đi một mình lắm, đi với tớ đi.
B Đừng có nói như trẻ con vậy chứ.

4　A 来ない**なあ**、電話。
　　B そのうちかかってくるよ。

A Mãi không thấy có điện thoại nhi.
B Người ta sẽ gọi đến ngay thôi mà.

5　A 眠いから、今日は早く帰りたい**なあ**。
　　B ぼくも。すごく疲れた。

A Buồn ngủ muốn về sớm quá.
B Tớ cũng thế. Mệt rã rời.

6　A 昔はよく聴いた**なあ**、この曲。
　　B いい曲だよね。

A Ngày xưa nghe mãi bài này mà
B Bài này hay nhi.

B 判断する Nhận định

7　A 林さんって、変わった人だ**なあ**。
　　B うん。かなり変わってるよ。

A Anh Hayashi cứ kì cục sao đó nhi.
B Ừ, rất kì cục ấy chứ.

8　A アベさんっていう人、知ってる？
　　B アベさん？　私は知らない**なあ**。

A Cậu biết người tên là Abe không?
B Anh Abe á? Tớ không biết lắm.

PART1
日本語会話の最重要文型 8

PART2
日本語会話の基本文型 80

主に動詞につくもの

主に名詞につくもの

主に形容詞につくもの

文の前につくもの

文の終わりにつくもの

会話をつなぐもの

こそあど

いろいろな形につくもの

115

50 紅茶にしようかな

koocha-ni shiyoo-kana

（紅茶にしようかと思います）

● ●

〜かな　　　　　　　　　　　　Chắc 〜

Ⓐ ぼくはコーヒーにするよ。

Ⓑ あ、そう。私は紅茶にしようかな。

Ⓐ Tớ uống cà phê
Ⓑ Thế hả. Chắc tớ uống trà.

意味・使う場面

🖋 自分自身に問いかける気持ちを表します。また、相手に疑問を表すときにも使いますが、遠回しに依頼したり許可を求めたりする気持ちを表すこともあります。

Là một cách nói tự hỏi bản thân. Ngoài ra cũng được dùng khi tỏ ra có nghi vấn với đối phương nhưng cũng được dùng khi muốn nhờ vả hoặc xin phép một cách xa xôi.

基本パターン

　　［文］＋（の）＋ かな

　Ⓐ 軽い疑問（自分自身に、または相手に）
　Ⓑ 依頼
　Ⓒ 許可

ポイント

💡 ⒷやⒸの場合も、半分独り言のような感じで、相手に対して直接的な言い方ではありません。くだけた会話の場面で使い、丁寧体と一緒には使いません。

Ⓑ và Ⓒ hơi giống như đang tự nói một mình chứ không phải cách nói trực tiếp với đối phương. Thường dùng trong hội thoại suồng sã và không dùng với thể lịch sự.

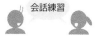

A 軽い疑問　Hỏi vu vơ

1　A 彼は来る**のかな**。
　　B 来ると思うよ。

　　A Anh ấy có tới không nhỉ.
　　B Tớ nghĩ là có tới.

2　〈店で〉
　　A これにしよう**かな**。
　　B ああ、いいんじゃない？

　　(Tại cửa hàng)
　　A Chắc lấy cái này nhỉ.
　　B Ừ được đấy.

3　A これは後で食べよう**かな**。
　　B そうすれば。

　　A Cái này chắc ăn sau nhỉ.
　　B Ừ thích sao làm vậy thôi.

4　A 薬が効いた**かな**。ちょっと楽になった。
　　B よかったね。

　　A Chắc thuốc phát huy tác dụng rồi.
　　　Tớ thấy đỡ hơn chút.
　　B Tốt quá.

5　〈道路が渋滞しているとき〉
　　A 歩いたほうが早かった**かな**。
　　B そうだね。

　　(Khi tắc đường)
　　A Đi bộ có nhanh hơn không nhỉ.
　　B Ừ có lẽ thế.

B 依頼　Nhờ vả

6　A 〈上司が部下に〉
　　森さん、ちょっと手伝ってくれない**かな**。
　　B はい。

　　(Cấp trên nói với cấp dưới)
　　A Mori, giúp tôi một chút được không?
　　B Vâng.

7　A これ、田中さんに渡してくれない**かな**。
　　B いいよ。

　　A Đưa cái này cho anh Tanaka giúp tôi
　　　được không.
　　B Được chứ.

C 許可　Cho phép

8　A これ、ちょっと見てもいい**かな**。
　　B いいよ。

　　A Xem cái này chút được không?
　　B Ừ được.

PART1　日本語会話の最重要文型 8

PART2　日本語会話の基本文型 80

主に動詞につくもの

主に名詞につくもの

主に形容詞につくもの

文の前につくもの

文の終わりにつくもの

会話をつなぐもの

こそあど

いろいろな形につくもの

51 明日は晴れる<u>かなあ</u>

あした は

ashita-wa hareru-kanaa

（明日は晴れるでしょうか）
あした は

〜かなあ　　　　　　　　　Không nhỉ

Ⓐ 明日は晴れるかなあ。
　あした　は

Ⓑ 天気予報では晴れるって言ってたよ。
　てんきよほう　　は　　　　い

Ⓐ Mai nắng không nhỉ
Ⓑ Dự báo thời tiết nói nắng đấy.

意味・
使う場面

「それが正しいか」「それでいいか」など、<u>自分自身に問いかける</u> 表
　　　ただ　　　　　　　　　　　　　　　　じぶんじしん　と　　　　　　　ひょう
現です。独り言のように言います。
げん　　ひとごと　　　　　い

Là cách nói tự hỏi bản thân "Có phải thế không? "Như thế có được không". Khi dùng cách nói này giống như đang nói một mình.

基本 パターン	［文］ ＋ <u>（の）</u> ＋ かなあ	Ⓐ 疑問 　ぎもん Ⓑ 願望 　がんぼう

ぶん

ポイント

「〜かなあ（↘）」と<u>語尾 * を下げて</u>言います。独り言のように言いま
　　　　　　　　　　ごび　　　さ　　　　い　　　　ひとごと　　　　　　い
すが、相手はふつう、何か返事をします。
あいて　　　　なに　へんじ

＊語尾：言葉の終わりの部分
ごび　ことば　お　　　ぶぶん

Khi nói sẽ phát âm hạ thấp phần cuối câu. Nói giống như đang nói một mình nhưng đối phương vẫn trả lời bình thường.

118

A 疑問 Nghi vấn

1 A 1000円で足りる**かなあ**。
　 B 足りるんじゃない？

A 1000 yên có đủ không nhỉ.
B Chắc là đủ chăng.

2 A 雨、もう止んだ**かなあ**。
　 B ああ、止んだかもね。

A Mưa tạnh chưa nhỉ.
B À, có lẽ tạnh rồi.

3 A 田中さん、メール見てくれた**かなあ**。
　 B どうかなあ。わかんないね。

A Anh Tanaka xem mail chưa nhỉ.
B Không biết thế nào. Tớ cũng không biết.

4 A 受付はどこ**かなあ**。
　 B ああ、あそこだよ。ほら、行列ができてる。

A Lễ tân ở đâu nhỉ.
B À, ở kia. Kia kia, có người xếp hàng đấy.

5 A 日本も優勝の可能性があるんだって。
　 B ほんと**かなあ**。そんなに強くないんじゃない？

A Nghe nói Nhật cũng có cơ thắng.
B Thật không nhỉ. Vì có mạnh lắm đâu.

B 願望 Nguyện vọng

6 A 何かいいアルバイトない**かなあ**。
　 B あ、いいの紹介してあげるよ。

A Có việc gì hay không nhỉ.
B À để tớ giới thiệu việc này tốt cho.

7 A 誰か手伝ってくれない**かなあ**。
　 B うん。もう一人いると楽になるよね。

A Có ai giúp cho không nhỉ.
B Ừ, có thêm một người cũng đỡ nhỉ.

PART1
日本語会話の最重要文型 8

PART2
日本語会話の基本文型 80

主に動詞につくもの

主に名詞につくもの

主に形容詞につくもの

文の前につくもの

文の終わりにつくもの

会話をつなぐもの

こそあど

いろいろな形につくもの

52 間に合うかも
まあ

ma-ni au-kamo

（間に合うかもしれません）
まあ

• •

〜かも   có lẽ/chắc 〜

Ⓐ 開始時間には間に合わないかなあ。
かい し じ かん   ま あ

Ⓑ いや、ぎりぎり間に合う<u>かも</u>。
ま あ

Ⓐ Không biết có kịp giờ bắt đầu không?
Ⓑ Chắc là sẽ sát nút đấy.

意味・ 考えられる可能性を述べる「〜かもしれない」の短い形です。否定的
使う場面 かんが   か のうせい の   みじか かたち   ひ ていてき
な見方や不安な気持ちを含んだ予想、肯定的な見方や期待を込めた予
み かた ふ あん き も   ふく   よ そう こうていてき み かた き たい こ   よ
想などを表します。
そう   あらわ

> Là cách nói ngắn của " 〜かもしれない " khi nói về khả năng có thể xảy ra. Thường dùng
> khi thể hiện dự đoán có phần bất an, suy nghĩ phủ định và dự đoán mang hy vọng, cách
> suy nghĩ lạc quan.

基本パターン	[文]ぶん ＋ かも	…Ⓐ 結果についての予測けっ か よ そく
	[文]ぶん ＋ の ＋ かも	…Ⓑ 原因や理由についての推測げんいん り ゆう すいそく

 他の語が付いた形としては、「〜かもね」「〜かもよ」「〜かもな（あ）」
ほか ご つ かたち
「〜かもと思う」などがよく使われます。
おも   つか

ポイント

> Khi đi kèm với những từ loại khác thường ở dạng như 、「〜かもね」「〜かもよ」「〜かもな（あ）」
> 「〜かもと思う」.

120

A [文] ＋ かも

1 A 上級は無理だけど、中級なら合格でき
　　るかも。
　　じょうきゅう　む り　　ちゅうきゅう　ごうかく

　B そうだね。中級なら何とかなるかもね。
　　　　　　ちゅうきゅう　なん

A Cấp độ cao có lẽ khó nhưng cấp độ
trung bình thì chắc có thể đỗ chăng.
B Ừm. Cấp độ trung bình chắc sẽ được nhỉ.

2 A このペースだと今日中に全部終わる
　　かも。
　　きょうじゅう　ぜんぶ お

　B よし、がんばろう。

A Với tốc độ này thì chắc trong hôm nay là
xong.
B OK. Cố lên.

3 A 1万円じゃ足りないかも。
　　まんえん　た

　B じゃ、もう少し持っていこう。
　　　　　　すこ も

A 10 nghìn yên chắc không đủ đâu.
B Thế thì mang thêm một ít nữa.

4 A 午後から雨が降るかも。
　　ご ご　あめ ふ

　B そう。じゃ、傘、＊持ってこう。
　　　　　　かさ　も

A Có lẽ chiều mưa đấy.
B Thế á, thế phải mang ô mới được.

5 A 森さんからさっき電話があって、
　　もり　　　　　　でんわ
　　明日休むかもって。
　　あしたやす

　B そうなんだ。

A Lúc này có điện thoại của anh Mori, anh
ấy bảo có lẽ mai sẽ nghỉ.
B Thế hà.

B [文] ＋ の ＋ かも

6 A 山川さん、遅いなあ。
　　やまかわ　　おそ

　B 車でしょ。道が混んでるのかもね。
　　くるま　　みち こ

A Anh Yamakawa muộn thế nhỉ.
B Anh ấy đi ô tô đúng không? Chắc đường
đông chăng.

7 A 電源を入れても動かないの？
　　でんげん い　　うご

　B うん…。もう古いから、壊れちゃった
　　　　　　ふる　　こわ
　　のかも。

A Cắm điện rồi cũng không hoạt động sao?
B Ừ, cũng cũ rồi nên chắc hỏng rồi.

8 A 山下さん、最近、元気ないよね。
　　やました　さいきん げんき

　B そうね。何か、あったのかもね。
　　　　　なに

A Yamashita dạo này trông không khỏe
nhỉ.
B Ừ. Chắc có chuyện gì.

PART1
日本語会話の
最重要文型
8

PART2
日本語会話の
基本文型
80

主に動詞に
つくもの

主に名詞に
つくもの

主に形容詞に
つくもの

文の前に
つくもの

文の終わりに
つくもの

会話をつなぐ
もの

こそあど

いろいろな形に
つくもの

MEMO **4** 持ってこう：「持っていこう」が変化した形。
　　　　　も　　　　　　も　　　　　　　　へんか　　かたち

53 勝てる気がする
か　　　　き

kateru ki-ga-suru

（勝てる気がします）
　　か　　　　き

〜気がする　　　　　　　　cảm giác ~, cảm thấy ~
　き

Ⓐ 次の試合は勝てる気がするよ。
　　つぎ　しあい　か　　　　き

Ⓑ うん。自信を持ったほうがいいよ。
　　　　　じしん　も

Ⓐ Tớ thấy mình sẽ thắng trận tiếp theo đấy.

Ⓑ Ừ. Phải tự tin lên.

意味・
使う場面

漠然とした印象や気持ちを述べる表現です。感覚を述べる「〜感じが
ばくぜん　　　　いんしょう　きも　　の　　ひょうげん　　　　かんかく　の　　　　かん
する」と似ていますが、「〜気がする」ははっきりした理由や根拠の
　　　に　　　　　　　　　　き　　　　　　　　　　　　りゆう　こんきょ
ない感想や想像、気持ちなどを表すときに使います。
　　かんそう　そうぞう　きも　　　　あらわ　　　つか

Là cách nói đại khái về ấn tượng, tâm trạng của bản thân. Giống với cách nói về cảm giác
" 〜感じがする " nhưng " 〜気がする " dùng khi muốn thể hiện cảm tưởng, suy nghĩ, tâm
trạng mà không có lí do, cơ sở rõ ràng.

基本
パターン

[文]
　ぶん
[〜そう／〜よう] ＋な ｝ 気がする
　　　　　　　　　　　　　　　　き

ポイント

「〜気がする」は、「〜と思う」で言い換えられる場合が多いです。た
　　　き　　　　　　　　　おも　　　い　　か　　　　　ばあい　おお
だし、「〜と思う」と違い、判断や思考は伴いません。「なんか」(p.180)
　　　　　おも　　　ちが　はんだん　しこう　ともな
と一緒に「なんか〜気がする」の形でもよく使います。
　いっしょ　　　　　　き　　　　かたち　　　　つか

" 〜気がする " thường có thể thay bằng cách nói " 〜と思う ". Tuy nhiên khác với " 〜と思う "
ở chỗ không kèm sự phán đoán hay suy xét. Thường được dùng chung với " なんか "(p.180)
trong mẫu câu " なんか〜気がする ".

1 A 最近、ちょっと歌がうまくなった**気がする**。

B お酒を飲んでカラオケをすると、そんな**気がする**だけだよ。

A Dạo này cảm thấy hát hay hơn ấy nhỉ.
B Uống vào rồi hát karaoke nên cảm thấy thế thôi.

2 A 最近、ちょっと歌がうまくなった**気がする**。

B うん。声がよく出る * ようになってきたんじゃない。

A Dạo này cảm thấy hát hay hơn ấy nhỉ.
B Ừ. Giọng khỏe hơn rồi thì phải.

3 A このままじゃ、なんか申し訳ない**気がする**。

B じゃ、何かお礼でもする？

A Cứ thế này cảm thấy có gì đó có lỗi quá.
B Thế thì cám ơn bằng cách nào đó đi?

4 A 田中さんには、この仕事、ちょっと難しい**気がする**なあ。

B そうね。ちょっと無理かもね。

A Tôi cảm thấy công việc này hơi khó với anh Tanaka.
B Ừ, có lẽ hơi khó.。

5 A 今度のルームメイトとはうまくやっていける**気がする**。

B そうだといいね。

A Mình cảm giác sẽ hòa thuận được với bạn cùng phòng lần này.
B Được vậy thì tốt quá.

6 A なんか、よくないことが起こりそうな**気がする**。

B えー。変なこと言わないでよ。

A Sao cứ cảm giác có chuyện không hay sắp xảy ra.
B Ôi đừng có nói linh tinh.

7 A なんか風邪ひきそうな**気がする**。のどが変なんだよね。

B じゃ、今日は早く帰ったら？

A Hình như bị cảm rồi hay sao ấy. Cổ họng khó chịu quá.
B Thế hôm nay cậu nên về sớm đi.

PART1
日本語会話の最重要文型 8

PART2
日本語会話の基本文型 80

主に動詞につくもの

主に名詞につくもの

主に形容詞につくもの

文の前につくもの

文の終わりにつくもの

会話をつなぐもの

こそあど

いろいろな形につくもの

○MEMO **2** 〜よう：変化や結果を表す。Thể hiện sự thay đổi, kết quả.

54 知ってるでしょ?
し
shitte-ru-desho?
(知っているでしょう?)
し

• • • • • • • • • • • • • • • • • • • •

〜でしょ 　　　　　　　　〜đúng không? 〜 chứ?

Ⓐ 田中さんのこと、知ってるでしょ?
　 たなか　　　　　　　　し
Ⓑ うん、よく知ってるよ。
　　　　　　し

Ⓐ Cậu biết anh Tanaka đúng không?
Ⓑ Ừ, biết rõ mà.

意味・ 🔗 「〜でしょう」が短くなった形です。「それが事実であること」を相手
使う場面 　　　　　　　みじか　　かたち　　　　　　　じじつ　　　　　　　　あいて
に再確認してもらうときに使います。
　さいかくにん　　　　　　　つか

Là dạng ngắn của " 〜でしょう ". Dùng khi muốn đối phương xác nhận lại "việc đó là sự thật".

基本
パターン

[文など（再確認してもらう内容）] ＋ でしょ（?／。／!）
　ぶん　　　　さいかくにん　　　　　　ないよう
Ⓐ 相手の答えを求める
　 あいて　こた　　もと
Ⓑ 相手の答えはあまり求めない
　 あいて　こた　　　　　　もと
※書き方は、「〜でしょ?」「〜でしょ。」「〜でしょ!」など、場合によって、
　 か　かた　　　　　　　　　　　　　　　　　　　　　　　　　　　　　　ばあい
　また人によってさまざまです。
　　　ひと

ポイント

相手が同意することを期待して言う場合が多いです。一般的には、相
あいて　どうい　　　　　　きたい　　い　ばあい　おお　　　　　いっぱんてき　　　あい
手に問う気持ちが強いときは「しょ（*sho*）」で音を上げ、同意を促す
て　と　きも　　つよ　　　　　　　　　　　　　おと　あ　　どうい　うなが
ときは下げます。また男性が話す場合、「〜だろ」になることもあり
　　　さ　　　　　　　だんせい　はな　ばあい
ます（会話例6）。
　　かいわれい

Thường dùng khi mong đợi sự đồng tình của đối phương. Thông thường, khi muốn nhấn mạnh việc hỏi đối phương thì lên giọng ở " しょ ", còn nếu muốn tìm sự đồng tình thì hạ giọng. Ngoài ra, nam giới thì còn có cách nói " 〜だろう ".

A 相手の答えを求める　Yêu cầu câu tra lời từ đối phương

1　A 会社の忘年会、行く**でしょ？**
　　B うん、行くよ。

> A Anh cũng đi tiệc cuối năm của công ty chứ?
> B Ừ, đi chứ.

2　A うち、駅から歩くには遠かった**でしょ？**
　　B いや、そうでもなかったよ。

> A Nhà anh đi bộ từ ga xa đúng không?
> B Không, cũng không hẳn xa đâu.

3　A 田中さんのこと、聞いた**でしょ？**
　　B うん、聞いたよ。

> A Chuyện anh Tanaka, anh cũng nghe rồi chứ?
> B Ừ, tôi có nghe rồi.

4　A 探してた本、これ**でしょ？**
　　B あ、それそれ。

> A Sách cậu đang tìm, là quyển này đúng không?
> B À, đúng rồi đúng rồi.

5　A * そんなの、うそ**でしょ？**
　　B それが本当なんだよ。

> A Chuyện đó, là đùa đúng không?
> B Là thật đó.

B 主張する　Đưa ra ý nhi

6　A わかる**だろ**、ぼくの気持ち。
　　B わかるよ。でも、しょうがないと思うよ。

> A Cậu biết rồi đấy, tình cảm của tôi.
> B Biết. Nhưng vô vọng thôi.

7　A ほら、だから * 言った**でしょ**。
　　B そうだね。やめておけばよかったよ。

> A Đó, đã nói rồi mà.
> B Ừ, đáng lẽ nên thôi sớm.

8　A そんなに買って大丈夫？
　　B そんなこと、私の勝手**でしょ**！

> A Mua thế có ổn không?
> B Làm thế nào là việc của tôi mà!

🔊 **MEMO**　5 そんなの：「そんなこと / 話」などを短くした言い方。
　　　　　　　7 この場合の「言った」は、「やめるように言った」ということ。

125

55 大変じゃない？
たいへん
taihen-ja nai?
（大変ではないですか）
たいへん

〜じゃない？　　　　　~nhi?/~đấy chứ?/phải chăng ~?

A 一人で運ぶの大変じゃない？　手伝うよ。
　ひとり　はこ　　たいへん　　　　てつだ
B すみません。じゃ、お願いします。
　　　　　　　　　　　　ねが

A Bưng một mình vất và không? Để tớ giúp
B Xin lỗi, thế giúp mình nhé.

意味・
使う場面
「〜だ」「〜だと思う」のように自分の意見だけを言うのではなく、相
手の同意を求める形です。文の最後は軽く上げます（下の C を除く）。
て　どうい　もと　かたち　　ぶん　さいご　かる　あ　　　した　　のぞ
親しい会話ではこのままで、ていねいな会話では後に「ですか」を付
した　かいわ　　　　　　　　　　かいわ　　あと
けます。

Là mẫu câu không chỉ để đưa ra ý kiến của mình như cách nói " 〜だ " " 〜だと思う " mà
còn thỉnh cầu sự đồng ý của đối phương. Cuối câu hơi lên giọng. Trong hội thoại thân mật
thì dùng nguyên như vậy còn trong hội thoại trang trọng hơn thì thêm " ですか ".

基本
パターン
［N／A／NA／V］＋じゃない？
A 確認（「そうですよね？」という気持ち）
　かくにん　　　　　　　　　　　　　　　　きも
B 意見・評価（「そう思いませんか」という気持ち）
　いけん　ひょうか　　　　おも　　　　　　　きも
C 驚き・感心（「そうでしょ」という気持ち）
　おどろ　かんしん　　　　　　　　　　　　きも

ポイント
自分だけで断定せず、「相手にも確認してほしい、同意してほしい」
じぶん　　だんてい　　あいて　　かくにん　　　　どうい
という気持ちを表します。「〜じゃありませんか」も同じ意味で使わ
　　きも　　あらわ　　　　　　　　　　　　　　おな　いみ　つか
れますが、改まった感じがするので、「〜じゃないですか」のほうが
あらた　かん
よく使われます。
つか

Thể hiện ý một mình thì không thể khẳng định được mà "muốn đối phương xác nhận,
đồng ý". Mẫu câu " 〜じゃありませんか " cũng được dùng với nghĩa tương tự nhưng có sự
lịch sự hơn. Cách nói " 〜じゃないですか " được dùng nhiều hơn.

A 確認 Xác nhận

1 A あそこにいるのは田中さん**じゃない**ですか。

　 B あ、ほんとだ。呼んでみましょう。

A Kia chẳng phải là chị Tanaka sao?

B: A, đúng rồi. Để gọi nhé!

2 A そろそろ森さんたちが来る時間**じゃない**？

　 B そうだね。じゃ、外まで迎えに行ってくるよ。

A Chẳng phải sắp đến giờ chị Mori đến rồi sao?

B Ừ. Thế đi ra ngoài đón nhé.

3 A それ、何かの間違い**じゃない**？

　 B いえ、本当にそう書いてあったんです。

A Đây phải chăng là nhầm lẫn gì đó?

B Không, thực sự là có viết như thế mà.

B 意見・評価 Ý kiến, đánh giá

4 A これ、お得**じゃない**？

　 B そうだね。買おうか。

A Cái này giá hời quá nhỉ?

B Ừ, mua nhỉ.

5 A 男の子が元気なのはいいこと**じゃない**ですか。

　 B ええ。でも、全然勉強しないんですよ。

A Con trai khỏe mạnh chẳng phải là điều tốt hay sao.

B Vâng, nhưng nó không chịu học hành gì cả.

C 驚き・感心・不満 Bất ngờ, cảm kích, bất mãn

6 A 昨日元気がなかった**じゃない**。どうしたの？

　 B うん…試験の結果があまりよくなかったんだよ。

A Hôm qua hình như cậu không khỏe à, sao thế?

B Ừ, kết quả thi không được tốt lắm.

7 A このレポート、よくできてる**じゃない**。

　 B 実は青木さんにちょっと手伝ってもらったんだよ。

A Báo cáo này làm tốt đấy nhỉ.

B Thực ra là anh Aoki có giúp một chút đấy.

8 A びっくりする**じゃない**！　急に大きな声出して！

　 B ごめん。これが虫に見えちゃって…。

A Làm thế lại chẳng giật mình! Tự dưng thì nói to!

B Xin lỗi, tại em tưởng cái này là con sâu.

MEMO　**C**では「～じゃないの。」もよく使われる。相手に語りかける調子が少し強くなる。例最初からそうすればよかったじゃないの。

PART1 日本語会話の最重要文型 8

PART2 日本語会話の基本文型 80

主に動詞につくもの

主に名詞につくもの

主に形容詞につくもの

文の前につくもの

文の終わりにつくもの

会話をつなぐもの

こそあど

いろいろな形につくもの

127

56 無理なんじゃない？

muri-na-n-janai?

（無理なのではないですか）

〜んじゃない？　　　　　　　Chắc là/ Phải chăng là ~?

Ⓐ 一人で運ぶのは無理なんじゃない？　手伝うよ。

Ⓑ あ、でも、これ、そんなに重くないから大丈夫。

Ⓐ Một mình bê vậy chắc là khó đấy? Để tớ giúp.

Ⓑ À nhưng cái này không nặng lắm nên không sao đâu.

意味・使う場面

根拠のある判断について、「〜だ」と断定せず、「〜（な）んじゃない？」と相手の同意を求める形です。「〜じゃない？」と似ていますが、判断の根拠などを含む点で異なります。

Là cách nói thăm dò ý kiến của đối phương「〜（な）んじゃない？」chứ không khẳng định「〜だ」về một nhận định có chứng cứ.

基本パターン

（意見や未確認のことなど）

[V]

[N、NA な] +な ｝+ んじゃない？

…Ⓐ 注意・確認　Ⓑ 意見・批判　Ⓒ 推測

ポイント

「一人で運ぶのは無理じゃないですか」に「ん」を入れて「無理なんじゃないですか」と言うと、「重そうだから」「女性だから」というような理由や根拠が含まれます。場面によっては、注意を促したり批判したりする印象を与えます。

Khi thêm「ん」vào câu「一人で運ぶのは無理じゃないですか」để nói thành「無理なんじゃないですか」thì sẽ bao hàm lí do, bằng chứng "vì trông có vẻ nặng" "vì là phụ nữ". Tùy từng văn cảnh mà cách nói này có tác dụng gây chú hoặc phê phán.

A 注意・確認 Chú ý, xác nhận
ちゅう い　　かく にん

1　A そろそろお客さんが来る時間な**んじゃ**
　　　　　　　きゃく　　　く　じ かん
　　ない？

　　B あ、うっかりしてた。準備しないと。
　　　　　　　　　　　　じゅん び

A Chắc sắp tới giờ khách đến rồi đấy nhi?
B À, tí thì quên. Phải chuẩn bị thôi.

2　A そのこと、彼女は知らない**んじゃない？**
　　　　　　　　かのじょ　し

　　B あ、そうかもしれないね。確認してみ
　　　　　　　　　　　　　　　かくにん
　　るよ。

A Về việc đó, phải chăng cô ấy không biết?
B À cũng có thể nhi. Để hỏi xem sao.

3　A これ、腐ってる**んじゃない？**
　　　　　　　く さ

　　B ほんとだ。変なにおいがする。
　　　　　　　　へん

A Cái này hình như hỏng rồi thì phải?
B Ừ. Mùi kinh quá.

B 意見・批判 Ý kiến, phê phán
い けん　ひ はん

4　A ポスターは３枚ぐらいで十分な**んじゃ**
　　　　　　　　まい　　　　じゅうぶん
　　ないですか。

　　B ああ、５枚は多かったですね。
　　　　　　まい　　おお

A Áp phích khoảng 3 tờ là đủ rồi chăng?
B Ừm. 5 tờ hơi nhiều nhi.

5　A これ、安すぎる**んじゃない？**
　　　　　　やす

　　B うん。売れないんだよ、きっと。
　　　　　　う

A Cái này rẻ thế nhi?
B Ừ. Chắc không bán được.

C 推測 Phỏng đoán
すい そく

6　A 熱がある**んじゃない？** 顔が赤いよ。
　　　ねつ　　　　　　　　かお　あか

　　B うん…。体がちょっとだるい。
　　　　　　　からだ

A Bị sốt rồi hay sao ấy. Mặt đỏ lên kìa.
B Ừ... Thấy người cũng mệt mệt.

7　A 昨日の様子だと、彼女は今日、来ない
　　　き のう　よう す　　　かのじょ　きょう
　　んじゃない？

　　B 調子悪そうだったからね。
　　　ちょう し わる

A Nhìn tình trạng hôm qua chắc hôm nay cô
　ấy không đến đâu nhi?
B Trông không được khỏe mà.

8　A 田中君は？
　　　た なかくん

　　B もう帰った**んじゃない**かなあ？
　　　　　かえ
　　ずっと見てないよ。
　　　　　み

A Tanaka đâu rồi?
B Về rồi chăng? Nãy giờ có trông thấy đâu.

PART1
日本語会話の最重要文型 8

PART2
日本語会話の基本文型 80

主に動詞につくもの

主に名詞につくもの

主に形容詞につくもの

文の前につくもの

文の終わりにつくもの

会話をつなぐもの

こそあど

いろいろな形につくもの

57 遅れてるみたい

おく

okurete-ru-mitai

（遅れているみたいです）
おく

~みたい　　　　　　　　　　　　có vẻ như ~

Ⓐ ねえ、電車、遅れてるみたい。
　　　　でんしゃ　おく

Ⓑ うそ！　困ったなあ。　間に合わないよ。
　　　　　　こま　　　　　　　ま　あ

Ⓐ Này, có vẻ như tàu đến chậm

Ⓑ Sao cơ? Gay go nhi. Thế thì không kịp rồi.

意味・使う場面

文の後に付けて推量を表します。「~ようだ」と意味はほぼ同じですが、「~みたい」はより会話的な表現で、くだけた言い方です。推量の形で意見を控えめに言いたいときに使う場合もあります。

Thêm vào cuối câu để diễn đạt ý phỏng đoán. Nghĩa khá giống với cách nói " ~ようだ" nhưng được dùng trong văn nói nhiều hơn. Cũng thường được dùng khi muốn nói giảm nhẹ ý kiến của bản thân dưới dạng câu phỏng đoán.

基本
パターン

［文］＋ みたい
　ぶん

Ⓐ 推量する Phỏng đoán
　すいりょう

Ⓑ 意見を控えめに言う Đưa ra ý kiến nhưng có
　いけん ひか　 い　　　　 phần e dè

ポイント

「よく似ている」という意味の「チーズみたいな食べ物」という場合の使い方と違い、文の最後に付き、いつも「~みたい（だ）。」で終わります。話し方を丁寧にするときは「~です」を付けます。
つか　かた　ちが　　ぶん　さいご　つ　　　　　　　　　　　　　　　　　お
はな　かた　ていねい　　　　　　　　　つ

Thường thêm vào cuối câu và kết thúc ở dạng " ~みたい（だ）", khác với cách dùng trong trường hợp " チーズみたいな食べ物" có nghĩa là " よく似ている".

A 推量する　Phỏng đoán

1 A この店は安い**みたい**だよ。
　B へえ。じゃ、そこに行ってみようか。

A Quán này có vẻ rẻ đấy
B Ồ, Thế thì thử đi xem sao.

2 A ごはんがちょっと硬いね。
　B ごめん。水が少なかった**みたい**。

A Cơm hơi cứng nhỉ,
B Chắc là ít nước.

3 A けがした人、* 助かった**みたい**。
　B そう。よかったね。

A Người bị thương có vẻ không sao.
B Thế hả. May quá.

4 A ねえねえ、店長、どんな様子だった？
　B ちょっと怒ってる**みたい**でした。

A Này này, cửa hàng trưởng thế nào rồi?
B Hình như hơi bực mình,

5 A 何か運動しようかな。最近、ちょっと太った**みたい**なんだ。
　B じゃ、ジョギングがいいよ。

A Phải vận động chút thôi. Hơi béo thì phải.
B Thế thì nên đi bộ.

B 意見を控えめに言う　Đưa ra ý kiến nhưng có phần e dè

6 A このシャツ、私にはちょっと大きい**みたい**。
　B ああ…確かにちょっと大きいね。

A Áo này hơi to với tớ thì phải?
B À... Đúng là hơi to thật.

7 A みんな待ってるから、すぐ行ったほうがいい**みたい**。
　B そうか。じゃ、急ごう。

A Mọi người đang đợi nên đi luôn chắc hơn đấy.
B Thế hả. Thế thì nhanh lên thôi.

MEMO **3** 助かる：「助ける」の自動詞の形。「助けられる」と同じ意味。

131

58 きっとできると思う
おも

kitto dekiru-to omou

（きっとできると思います）
おも

～と思う　　　　　　　　　　Tôi nghĩ là ~/ Tôi thấy là ~
おも

Ⓐ 彼ならきっとできると思う。
かれ　　　　　　　　　　おも

Ⓑ そうだね。じゃ、やってもらおうか。

Ⓐ Tôi nghĩ anh ấy sẽ làm được.

Ⓑ Ừ Thế cứ nhờ nhỉ.

意味・
使う場面

自分の意見をはっきり言うときの表現です。前に来る文末の形はさま
じ ぶん　い けん　　　　　い　　　　　　ひょうげん　　　　まえ　く　ぶんまつ　かたち
ざまです。「～か」や「～かな」「～んじゃないか」などに続く場合は、
つづ　ば あい
疑問や控えめな気持ちを少し含みます。
ぎ もん　ひか　　　　き も　　　すこ　ふく

Là cách nói khi thể hiện rõ ý kiến của mình. Câu đặt phía trước có rất nhiều dạng. Khi
đứng sau các cách nói như 「～か」「～かな」「～んじゃないか」 v.v... thì thường bao hàm ý
nghi vấn hoặc nói giảm.

基本
パターン

［文など］＋ と思う
ぶん　　　　　　　おも

「と思う」の おも 前に来る形 まえ　く　かたち	例：V う／V る／V た／V ない／A（た／ない）／Na（た／ない） ／～か／～かな／～（ん）じゃないか／～だ／～できる／～ だろう／～たほうがいい／～なければならない／～べき（だ）

ポイント

現在の自分の意見を言うには「～と思う」が基本の形で、「～と思っ
げんざい　じ ぶん　い けん　い　　　　　　　おも　　　き ほん　かたち
ている」は時間的に長い間の考えに使います。「～と思う」は常に話
じ かんてき　なが　あいだ　かんが　つか　　　　　　　　　おも　　　つね　はな
し手の意見を表すので、「私は」は言う必要がありません。言うと強
て　い けん　あらわ　　　わたし　　　い　ひつよう　　　　　　　い　　　きょう
調になります。「彼」や「彼女」などについては、「（彼は）思う」と
ちょう　　　　　　かれ　　　かのじょ　　　　　　　　　かれ　　おも
言わず、「思っている（ようだ）」などと言います。
い　　　おも　　　　　　　　　　　　い

Khi nói về ý kiến hiện tại của bản thân thì mẫu cơ bản là 「～と思う」, còn mẫu 「～と思って
いる」 dùng cho suy nghĩ đã có 1 khoảng thời gian dài. 「～と思う」 đã bao hàm ý chỉ ý kiến
của người nói nên không cần phải thêm 「私は」. Nếu thêm vào thì câu sẽ mang nghĩa nhấn
mạnh. Khi chủ ngữ là "anh ấy", "cô ấy" thì không dùng mà dùng 「思っている（ようだ）」.

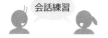

1 Ⓐ その色、いいね。すごく似合ってる<u>と思う</u>。

　　Ⓑ ほんと？　じゃ、これにしようかな。

　　Ⓐ Màu đó được đẩy. Tớ thấy rất hợp với cậu
　　Ⓑ Thật không? Thế chắc tớ chọn cái này.

2 Ⓐ この本、小学生にはちょっと難しすぎる<u>と思う</u>。

　　Ⓑ あ、そう…。面白いんだけどなあ。

　　Ⓐ Sách này tớ thấy hơi khó so với học sinh
　　　 tiểu học.
　　Ⓑ Thế sao... Trông có vẻ hay thế mà....

3 Ⓐ これ、かなり *反対が出そうだ<u>と思わない</u>？

　　Ⓑ うーん、そうかもね。

　　Ⓐ Cậu có thấy sẽ có nhiều ý kiến phản đối
　　　 cái này không?
　　Ⓑ Ừ, cũng có thể nhỉ.

4 Ⓐ 給料をもらったら、母に何か送ろう<u>と思ってます</u>。

　　Ⓑ そう。お母さん、きっと喜ぶよ。

　　Ⓐ Nhận được lương tớ sẽ gửi về cho mẹ.
　　Ⓑ Thế hà, mẹ cậu chắc sẽ vui lắm.

5 Ⓐ 彼、本当はこの仕事、やりたくないんだ<u>と思う</u>。

　　Ⓑ どうしてそう思うの？

　　Ⓐ Tôi nghĩ anh ấy không muốn làm công việc
　　　 này đâu.
　　Ⓑ Sao anh lại nghĩ vậy?

6 Ⓐ この数字、間違ってるんじゃないか<u>と思いますけど</u>。

　　Ⓑ ほんと？　わかった。確認するよ。

　　Ⓐ Tôi thấy hình như con số này bị sai.
　　Ⓑ Thế sao? Để tôi xem.

7 Ⓐ 髪を短くしようか<u>と思う</u>んだけど、どうかなあ？

　　Ⓑ いいんじゃない。

　　Ⓐ Tôi định cắt tóc ngắn, cậu thấy sao?
　　Ⓑ Cũng được đấy.

8 Ⓐ 新しい部屋はどう？

　　Ⓑ 最初は駅からちょっと遠いかな<u>と思った</u>んだけど、だんだん慣れたよ。

　　Ⓐ Nhà mới thế nào?
　　Ⓑ Mới đầu thấy hơi xa ga mà dần cũng quen
　　　 rồi.

PART1 日本語会話の最重要文型 8

PART2 日本語会話の基本文型 80

主に動詞につくもの

主に名詞につくもの

主に形容詞につくもの

文の前につくもの

文の終わりにつくもの

会話をつなぐもの

こそあど

いろいろな形につくもの

💭**MEMO**

3 反対：反対の意見。

59 いつだっけ？

itsu-da-kke?

（いつでしたか）

～っけ   ~phải không nhỉ?/~ ấy nhỉ?

Ⓐ 次の試合、いつだっけ？
　　つぎ　しあい

Ⓑ 確か来月の第二土曜日じゃない？
　　たし　らいげつ　だいにどようび

Ⓐ Trận đấu tiếp theo là lúc nào ấy nhỉ?
Ⓑ Hình như là thứ 7 tuần thứ hai tháng sau thì phải.

意味・
使う場面

前に知っていたことについて思い出そうとしたり、確認したりすると
　　　し　　　　　　　　　　　おも　だ　　　　　　かくにん
きの表現です。記憶がはっきりしないときに使います。
　　ひょうげん　　きおく　　　　　　　　　　　つか

Là cách nói khi nhớ ra hoặc muốn xác nhận lại việc đã biết từ trước. Dùng khi không nhớ rõ ràng.

基本
パターン

［文の終わり］ ＋ ｛ っけ ……Ⓐ 現在形
　ぶん　お　　　　　　　　　　　　　　げんざいけい
　　　　　　　　　　 たっけ ……Ⓑ 過去形
　　　　　　　　　　　　　　　　　　かこけい

ポイント

人の名前を忘れたときなど、「あの人、誰だっけ？」と言いますが、
ひと　なまえ　わす　　　　　　　　　　　ひと　だれ
知っていた時のことを思い出そうとする気持ちで「誰だったっけ？」
し　　　　　　とき　　　　おも　だ　　　　　　きも　　　　だれ
と過去形を使うこともあります。
　かこけい　つか

Khi quên tên ai đó thì sẽ nói " あの人、誰だっけ？ " nhưng khi cố nhớ lại lúc mình đã từng biết người đó thì cũng có thể nói ở thế quá khứ là " 誰だったっけ？ ".

A 〜っけ（現在形 Thể hiện tại）

1 　A これ、森さんのかさだ**っけ**？
　　B いえ、こっちが私のです。

　A Đây là ô của anh Mori phải không nhỉ?
　B Không, đây mới là của tôi.

2 　A あの店、今日は休みだ**っけ**？
　　B いや、休みは月曜だよ。

　A Quán đó hôm nay nghỉ hay sao ấy?
　B Không, thứ 2 mới là ngày nghỉ.

3 　A 入場料、いくらだ**っけ**？
　　B あ、聞くの忘れた。

　A Vé vào cửa bao nhiêu ấy nhỉ?
　B À, quên mất không hỏi.

4 　A この駅は急行は止まるんだ**っけ**？
　　B 確かそうだよ。

　A Ga này tàu nhanh có dừng không ấy nhỉ?
　B Hình như có đấy.

B 〜たっけ（過去形 Thể quá khứ）

5 　A さっきあいさつした人、誰だっ**たっけ**？
　　B え？ 知 * ないであいさつしたの？

　A Người chào lúc nãy là ai ấy nhỉ?
　B Ủa, không biết mà cũng chào ấy hả?

6 　A あのう、 3号館はどっちでし**たっけ**？
　　B そこを右に曲がってすぐの白い建物です。

　A Xin lỗi, tòa nhà số 3 ở hướng nào ấy nhỉ?
　B Là tòa nhà màu trắng ở ngay sau chỗ rẽ phải đằng kia.

7 　A 前に借りてたお金、もう返し**たっけ**？
　　B ああ、チケット代ね。返してもらったよ。

　A Tiền mượn bữa trước trả cậu chưa ấy nhỉ?
　B À, tiền vé nhỉ. Trả rồi.

8 　A すみません、研修の受付はここでし**たっけ**？
　　B いえ、となりのテーブルです。

　A Xin lỗi, đăng kí thực tập ở đây phải không ạ?
　B Không, ở bàn bên cạnh.

MEMO

5 〜ないで：（〜するべきなのに）「〜すること」のない状態で。

135

PART1
日本語会話の最重要文型 8

PART2
日本語会話の基本文型 80

主に動詞につくもの

主に名詞につくもの

主に形容詞につくもの

文の前につくもの

文の終わりにつくもの

会話をつなぐもの

こそあど

いろいろな形につくもの

60 おいしかったし、雰囲気もよかったし…

oishikatta-shi, funiki-mo yokatta-shi…

（おいしかったです。また、雰囲気もよかったです）

〜し〜し／〜し　　vừa ~ vừa ~/ ~ lại ~

Ⓐ おいしかった<u>し</u>、雰囲気もよかった<u>し</u>、いいお店だったね。

Ⓑ うん。また来ようよ。

Ⓐ Tiệm này thích thật, vừa ngon vừa thoải mái.

Ⓑ Ừ, lần sau lại đi nữa nhé.

意味・使う場面 とても会話的な表現です。<u>理由や判断材料になるものを二つ並べて結論を強調します</u>（ⒶⒷ）。それが基本の形ですが、<u>一つだけ述べてほかにもあることを暗示する</u>形もよく使われます（Ⓒ）。また、結論を言った後で「〜し。」を付け加えることもあります（Ⓓ）。

Là cách nói chỉ dùng trong hội thoại. Thường đưa ra hai lí do hay chứng cứ để nhấn mạnh kết luận (ⒶⒷ). Đây là mẫu câu cơ bản nhưng cũng thường được dùng với chỉ 1 ví dụ để ám chỉ còn nhiều sự vật, sự việc khác nữa (Ⓒ). Ngoài ra sau khi đưa ra kết luận cũng có thể thêm 「〜し。」(Ⓓ)

基本パターン

［例１］し ＋ ［例２］し	……Ⓐ 二つの例
［理由１］し ＋ ［理由２］し	……Ⓑ 二つの理由
［例］し	……Ⓒ 一つの例・理由
［理由］し	……Ⓓ 後から理由

ポイント 結論を言わなくても相手に理解される場合は、「**〜し。**」で終わることもあります。実際の会話ではかなり自由に使われ、論理的なつながりを持たない場合も多いです。

Khi đối phương hiểu mà không cần đưa ra kết luận thì thường kết thúc luôn ở dạng 「〜し。」. Ngoài ra sau khi đưa ra kết luận cũng có thể thêm 「〜し。」. Trong hội thoại thực tế được sử dụng khá tự do, cũng có nhiều trường hợp không cần có tính kết nối logic.

136

A 二つの例 Hai ví dụ

1 Ⓐ 寝坊して遅刻はする**し**、さいふは * 落と
すし、今日は * ついてないなあ。

Ⓑ ま、そういう日もあるよ。

Ⓐ Hôm nay đen đủi thế chứ, hết ngủ nướng bị muộn giờ lại còn đánh rơi ví nữa.
Ⓑ Thì cũng có ngày nọ ngày kia mà.

2 Ⓐ 発表はうまくいった**し**、先生もほめてく
れた**し**、ほっとしたよ。

Ⓑ へー、よかったじゃない。

Ⓐ Phát biểu cũng trôi chảy, lại được thầy khen nên nhẹ hết cả người.
Ⓑ Ồ, tốt quá tốt quá.

B 二つの理由 Hai lí do

3 Ⓐ 駅から近い**し**、部屋は広い**し**、ここにし
たら？

Ⓑ うん…。でも、家賃は高いよ。

Ⓐ Vừa gần ga vừa rộng nên chọn phòng này đi.
Ⓑ Ừ nhưng giá phòng cao quá.

4 Ⓐ 講義は面白い**し**、厳しくない**し**、あの先
生、好きだな。

Ⓑ そう言ってる学生、多いよね。

Ⓐ Tớ thích thầy đó vì giảng hay lại không nghiêm khắc quá.
Ⓑ Nhiều sinh viên nhận xét vậy lắm.

C 一つの例・理由 Một ví dụ, lí do

5 Ⓐ この地図、わかりにくい。

Ⓑ そうだね。字も小さい**し**。

Ⓐ Bản đồ này khó hiểu quá.
Ⓑ Ừ, chữ lại nhỏ nữa.

6 Ⓐ 荷物重い**し**、疲れたよ。ちょっと休まない？

Ⓑ さっき休んだばかりじゃない。

Ⓐ Đồ nặng mệt quá. Nghỉ chút không?
Ⓑ Nãy vừa nghỉ rồi còn gì nữa.

D 後から理由 Đưa ra lí do sau

7 Ⓐ 司会は石川さんがいいよ。この前もうま
くやった**し**。

Ⓑ そうだね。じゃ、彼女に頼もう。

Ⓐ Để cô Ishikawa làm MC đi. Lần trước cô ấy làm tốt mà.
Ⓑ Ừ, phải đấy. Thế để nhờ cô ấy.

PART2
日本語会話の基本文型 80

主に動詞につくもの

主に名詞につくもの

主に形容詞につくもの

文の前につくもの

文の終わりにつくもの

会話をつなぐもの

こそあど

いろいろな形につくもの

MEMO
1 （物を）落とす：なくす。㊤ lose
1 ついて（い）ない：運が悪い。㊤ unlucky　※反対は「ついて（い）る」。

61 ちょっと聞きたいんだけど

chotto kikitai-n-da-kedo

（ちょっと聞きたいんです。よろしいですか）

・・・・・・・・・・・・・・・・・・・・・・・・

〜が／〜けど（婉曲）　　〜 thì 〜 (cách nói gợi mở)

Ⓐ ねえ、ちょっと聞きたいんだ**けど**。

Ⓑ うん、何？

Ⓐ Này, tớ có chuyện muốn hỏi.
Ⓑ Ừ gì thế?

意味・
使う場面　人に質問したり助けを求めたりするときに、**遠慮の気持ちを表す**ため、文の最後に加えます。

Khi đặt câu hỏi hay muốn có sự giúp đỡ của người khác thì thêm vào cuối câu để thể hiện sự e dè, ngập ngừng.

基本
パターン
（あのう／すみません）／（ちょっと）＋［文］＋**が／けど**

Ⓐ（正しい）答えを求める

Ⓑ 対応を求める

ポイント
質問や要求をそのまま伝えると、「（そのことを）当然のことだ」と考えている印象を相手に与えます。「〜が」「〜けど」は、それを避け、遠慮の気持ちを表すことができます。

Nếu cứ đưa ra câu hỏi hay yêu cầu sẽ tạo cho người nghe ấn tượng rằng "Đó là chuyện đương nhiên". Còn " 〜が " " 〜けど " có thể tránh được điều đó, thể hiện cảm xúc có phần ngại ngừng.

A （正しい）答えを求める Yêu cầu câu trả lời (đúng)

1 A すみません、明日の会議のことで聞きたいんですが。

　B はい、どんなことですか。

A Xin lỗi tôi muốn hỏi về buổi họp ngày mai…
B Vâng, có chuyện gì thế ạ?

2 A すみません、この本を探しているんですが。

　B ああ、それでしたら、あの棚です。

A Xin lỗi, tôi đang tìm cuốn sách này.
B À, quyển này ở giá đằng kia ạ.

3 A このペンケースの白がいいんですが、ありますか。

　B はい、ございます。

A Tôi muốn tìm cái hộp bút màu trắng như thế này, có không ạ?
B Dạ có ạ.

4 A すみません、ここに書いてある *会場に行きたいんですが。

　B ああ、あの茶色い建物です。

A Xin lỗi, tôi muốn tới hội trường ghi trong này…
B À, là tòa nhà màu nâu kia.

B 対応を求める Yêu cầu đối ứng

5 A あのう、ちょっと相談なんですが。

　B 何でしょう？

A Tôi có việc này muốn tư vấn….
B Có chuyện gì thế?

6 A すみません、ここがちょっとわからないんですが。

　B ああ、ここ。いま説明します。

A Xin lỗi tôi không hiểu chỗ này lắm….
B À, chỗ này hả. Để tôi giải thích nhé.

7 A すみません、エアコンがちょっと寒いんですが。

　B じゃ、ちょっと温度上げますね。

A Xin lỗi, điều hòa hơi lạnh ….
B Thế để tôi tăng nhiệt độ lên một chút nhé.

MEMO **4** 会場：コンサートや試合、パーティー、試験などが行われる場所。

139

62 コンビニに行く<u>けど</u>…

konbini-ni iku-kedo…
（コンビニに行きますけど…）

～が／～けど（単純接続）　　Từ nối đơn thuần

Ⓐ コンビニに行く<u>けど</u>、何か欲しいものある？

Ⓑ じゃ、お茶をお願い。

Ⓐ Tớ đi ra cửa hàng tiện ích đây có cần gì không?
Ⓑ Thế mua hộ tớ chai nước trà.

意味・使う場面 相手に聞きたいことや伝えたいことを言う前に、**今の状況を軽く示す**ための表現です。

Là cách nói đưa ra tình trạng hiện tại để ướm hỏi đối phương về việc muốn hỏi hay muốn truyền đạt.

基本パターン　［文（状況など）］＋ **が／けど**＋［文（質問・意見など）］

 この「Aですが／だけどB」の場合、逆接ではないので、A・Bは対立しません。論理的な関係でもなく、**話の流れの中で単純につないだ**ものです。

Mẫu câu「Aですが／だけどB」trong trường hợp này không phải là câu trái ngược nên A và B không đối lập nhau. Không có mối quan hệ logic mà chỉ đơn giản là từ nối trong mạch hội thoại

140

A 〜が

1 A コピー、終わったんですが、どこに置いた
らいいですか。
B じゃ、そこのテーブルに置いてください。

A Tôi đã copy xong rồi thì để ở đâu được ạ?
B Để ở bàn kia cho tôi đi.

2 A 前から気になってたんですが、あそこは人
が住んでるんですか。
B ああ、あそこか。わかんないなあ。

A Trước giờ tớ vẫn băn khoăn, ở kia có người ở không nhỉ?
B À, nhà kia á. Tớ cũng không rõ.

3 A これから伺いたいと思いますが、よろしい
ですか。
B ああ、いいですよ。

A Giờ tôi muốn hỏi một chút có được không ạ?
B À vâng được.

4 A これは聞いた話なんですが、彼女、もうす
ぐ会社をやめるそうです。
B えーっ、ほんとですか。

A Đây là chuyện tớ nghe được thôi, nghe nói cô ấy sắp nghỉ việc.
B Ủa thật sao.

B 〜けど

5 A ちょっと考えたんだけど、バスで行くのは
どう？
B 節約できて、いいかもね。

A Tớ nghĩ rồi, đi bằng xe buýt được không?
B Tiết kiệm mà, được đấy.

6 A これ、読んだけど、あんまり面白くなかった。
B あ、そう。

A Quyển này tớ đọc rồi mà không hay lắm
B Ồ thế hà.

7 A さっき田中さんから聞いたんだけど、熱が
あるんだって？
B うん、ちょっと…。

A Lúc nãy tôi có nghe anh Tanaka nói, cậu bị sốt à?
B Ừ, một chút thôi...

8 A このクッキー、さくらさんが作ったの？
B そう。初めて作ったんだけど、難しくて。

A Bánh này là chị Sakura làm à?
B Ừ. Mới làm lần đầu, khó phết.

PART1 日本語会話の最重要文型 8

PART2 日本語会話の基本文型 80

主に動詞につくもの

主に名詞につくもの

主に形容詞につくもの

文の前につくもの

文の終わりにつくもの

会話をつなぐもの

こそあど

いろいろな形につくもの

63 もう用意できてるから

moo yooi dekiteru-kara

（もう用意ができていますから）

●●●●●●●●●●●●●●●●●●●●●●●●●●●●●●

～ので／～から　　　Vì ~

Ⓐ 適当に食べ始めて。もう用意できてるから。

Ⓑ はーい。

Ⓐ Cứ bắt đầu ăn đi. Vì cũng xong rồi đây.

Ⓑ Vâng.

意味・
使う場面

理由を述べて相手の理解を得ようとするとき、<u>理由の後に「ので」「から」などを付けて文を終わる</u>ことがあります。Ⓐ<u>結論を先に言う場合</u>と、Ⓑ<u>結論を省略したりはっきり言わなかったりする</u>場合があります。

Khi đưa ra lí do và muốn đối phương hiểu cho lí do đó thường ta sẽ thêm「ので」「から」vào sau lí do và kết thúc câu. Ⓐ Khi nói kết luận trước và Ⓑ Khi lược bỏ kết luận và không nói rõ ràng.

基本
パターン

［文］＋ ので／から。

┌ …Ⓐ 結論を先に言う

└ …Ⓑ 結論を省略する・はっきり言わない

※ B は誘いを断るときに多いパターン。

例 用事があるので／急いでるので／忙しいので／今、お金がないので

ポイント

Ⓐは単純に語順の問題です。Ⓑは<u>遠慮の気持ち</u>を表し、誘いや依頼を断る場面など、結論が否定的なときに多いパターンです。

Ⓐ đơn giản là trình tự câu. Ⓑ thường dùng cho các trường hợp có kết luận tính phủ định như thể hiện sự khách sáo, từ chối lời mời hay yêu cầu nào đó.

142

A 結論を先に言う Nói kết luận trước

1　A 頭が痛いんだって？
　　B あ、大丈夫です。薬を飲みました**ので**。

　A Cậu đau đầu à?
　B À ừ không sao. Tớ uống thuốc rồi.

2　A この店はやめとこう。ちょっと高い**から**。
　　B そうだね。

　A Thôi đừng vào tiệm này. Vì hơi đắt.
　B Ừ.

3　A 連休はどこかに行った？
　　B 箱根に行きました。温泉旅館に泊まって
　　みたかった**ので**。

　A Đợt nghỉ rồi có đi đâu không?
　B Tôi đi Hakone. Vì muốn thử ở nhà nghỉ
　　có tắm suối nước nóng.

4　A 森さんはカラオケ、行くの？
　　B 今日はやめとく。ちょっと疲れてる**から**。

　A Anh Mori đi hát karaoke không?
　B Hôm nay tôi thôi. Vì hơi mệt.

5　A 一人で大丈夫かなあ、彼女。
　　B 大丈夫だよ。子供じゃないんだ**から**。

　A Không biết cô ấy một mình có ổn
　　không nhỉ.
　B Yên tâm. Vì có phải là trẻ con nữa
　　đâu.

B 結論を省略する・はっきり言わない Lược bỏ kết luận, không nói rõ ràng.

6　A 田中さん、お昼、食べに行きませんか。
　　B すみません、今日はちょっと時間がない
　　ので。

　A Anh Tanaka đi ăn trưa không?
　B Xin lỗi hôm nay tôi không có thời gian.

7　A さくらさんもワイン、飲みます？
　　B ああ、私はお酒、飲めない**ので**。

　A Chị Sakura có uống rượu vang không?
　B À, tôi không uống được rượu.

8　A じゃ、私はそろそろ…。明日、朝早い**から**。
　　B そうなんだ。じゃ、気をつけて。

　A Thế tôi xin phép ạ. Vì mai tôi phải đi
　　sớm.
　B Thế à, thế anh cẩn thận nhé.

主に動詞につくもの

主に名詞につくもの

主に形容詞につくもの

文の前につくもの

文の終わりにつくもの

会話をつなぐもの

こそあど

いろいろな形につくもの

64 毎日練習してるのに
mainichi renshuu-shite-ru-noni

（毎日練習しているのに）

● ●

〜のに　　　　　　　　　　　thế mà 〜

Ⓐ 毎日練習してる**のに**、なかなかうまくならないんです。

Ⓑ 練習の方法を変えてみたら？

Ⓐ Ngày nào cũng tập thế mà không giỏi lên gì cả.
Ⓑ Cậu thử đổi cách tập xem sao?

意味・使う場面 「期待していたこと・意図していたこと」と「結果・状態」が違うときに、**がっかりする気持ちや意外な気持ち**を表します。

Được dùng khi thể hiện tâm trạng thất vọng, ngoài ý muốn khi "Việc mình mong đợi, chủ định" lại khác với "kết quả, trạng thái".

基本パターン　［普通形］＋ **のに** ＋「期待と違う結果・状態」

Ⓐ 不満
Ⓑ 意外な気持ち

ポイント 「〜が、〜けど」に比べ感情的な表現で、不満などの**感情をはっきり表に出す**のが特徴です。

So với 「〜が、〜けど」 thì là cách nói nhiều cảm xúc hơn, thể hiện rõ tâm trạng bất mãn của người nói hơn.

144

A 不満 Bất mãn

1　A 昨日掃除したばかりな**のに**、もう汚れてる。
　　B えっ、もう？

> A Hôm qua vừa mới dọn mà đã lại bẩn rồi.
> B Sao? Bẩn rồi á?

2　A ずっとメールしてる**のに**、返事が来ないんです。
　　B どうしたんだろうね。

> A Gửi mail suốt mà không trả lời gì cả.
> B Không biết sao thế nhỉ.

3　A 大学生な**のに**、まだそんなゲームしてるの？
　　B だって、これ、面白いんだよ。

> A Sinh viên rồi mà còn chơi game đó.
> B Tại nó hay mà.

4　A ＊せっかく新しい水着を買った**のに**、まだ一度も使ってない。
　　B もう夏、終わっちゃうよ。

> A Mất công mua cái áo tắm mới mà vẫn chưa dùng được lần nào.
> B Sắp hết hè rồi còn gì.

5　A バーベキューの話、結局、中止になったよ。
　　B なんだ。楽しみにしてた**のに**。

> A Vụ làm BBQ cuối cùng lại hoãn đấy.
> B Thế á? Mình đang mong chờ vậy mà...

B 意外な気持ち bất ngờ

6　A 暑い**のに**、よく平気でいられるね。
　　B 平気じゃないよ。がまんしてるだけ。

> A Nóng thế mà vẫn bình thường được nhỉ.
> B Bình thường đâu. Chịu đựng thôi.

7　A こんなに晴れてる**のに**、雨が降るの？
　　B うん。天気予報でそう言ってた。

> A Trời quang thế này mà sẽ mưa sao?
> B Ừ. Dự báo thời tiết báo vậy.

> MEMO　**4** せっかく：わざわざ、苦労して。貴重な物や機会を得て。
> 　　　　Vất vả mất công. Để có được cơ hội và vật quý giá.

145

65 旅行に行こうと思って
りょこう　　　い　　　　　　おも

ryokoo-ni ikoo-to omotte

（旅行に行こうと思っているからです）
　りょこう　　い　　　おも

● ●

～って／～で　　　　　　　　　　(lí do)

Ⓐ それ、旅行のパンフレット？
　　　　　りょこう

Ⓑ うん。夏休みに旅行に行こうと思っ**て**。
　　　　なつやす　　りょこう　　い　　　　おも

Ⓐ Kia là tờ rơi quảng cáo du lịch à?
Ⓑ Ừ. Tớ định đi du lịch vào dịp nghỉ hè.

意味・
使う場面
ある行動や現在の状況について、**理由や事情を述べる**表現で、**結論
　　こうどう　げんざい　じょうきょう　　　　　りゆう　じじょう　の　　　　　　ひょうげん　　　　けつろん
部分を省略する**言い方です。説明や言い訳をする場面でよく使われま
ぶぶん　しょうりゃく　　い　かた　　　　せつめい　い　わけ　　　　ばめん　　　　つか
す。

Là cách nói lí do, sự tình về một hành động hoặc tình trạng hiện tại nhưng lược bớt phần kết luận. Thường được dùng trong văn cảnh giải thích hay bao biện lí do.

基本
パターン

[Ｖ**て**／Ｖなく**て**]　　　…Ⓐ

[Ａ**て**／Ａなく**て**／ＮＡ**で**]　…Ⓑ

ポイント
元の文は「～て（原因）、…（結果）。」の形ですが、会話の中で「…
もと　ぶん　　　　　　　げんいん　　　　けっか　　　かたち　　　　　かいわ　なか
（結果）」の内容がわかるため、省略されたものです。
けっか　　ないよう　　　　　　　しょうりゃく

Câu gốc đầy đủ có dạng 「～ て (nguyên nhân)、... (kết quả)。」 nhưng trong hội thoại thường lược do đã biết nội dung của phần 「... (kết quả)」

A ［Vて／Vなくて］

1 A まだ病院行ってないの？

　　B うん。もう少し様子を見てからと思っ**て**。

　　A Cậu vẫn chưa đi bệnh viện sao?
　　B Ừ, tớ định xem tình hình thế nào đã...

2 A テニス、始めたの？

　　B うん。ちょっと運動したくなっ**て**。

　　A Cậu chơi tenis đấy à?
　　B Ừ. Tại muốn vận động một chút.

3 A ごめん、先に店に入ってて。ちょっと
　　電車が遅れちゃっ**て**。

　　B わかった。

　　A Xin lỗi. Cậu vào quán trước đi. Tàu chậm một chút...
　　B Ừ ok.

4 A 今日は帰り、早いね。

　　B うん。ちょっと用事があっ**て**。

　　A Hôm nay anh về sớm thế.
　　B Ừ, tôi có việc bận chút.

5 A この前教えたアプリ、使ってみた？

　　B まだ。使い方がよくわからなく**て**。

　　A Ứng dụng tớ bảo hôm trước đã dùng thử chưa?
　　B Chưa. Tại không biết cách dùng thế nào.

6 A ケーキ、食べないの？

　　B うん…。あんまりお腹が空いてなく**て**。

　　A Cậu không ăn bánh đi à?
　　B Ừ... Tại không đói lắm.

B ［Aて／Aなくて／NA で］

7 A ジムは行ってる？

　　B 最近あんまり行ってないんだよ。仕事が
　　忙しく**て**。

　　A Cậu có tập gym không?
　　B Dạo này không đi lắm. Tại việc bận quá.

8 A パーティーのプレゼント、買った？

　　B まだ。選ぶのが大変**で**。

　　A Cậu mua quà chưa?
　　B Chưa. Tại chọn mệt quá.

PART1　日本語会話の最重要文型8

PART2　日本語会話の基本文型80

主に動詞につくもの

主に名詞につくもの

主に形容詞につくもの

文の前につくもの

文の終わりにつくもの

会話をつなぐもの

こそあど

いろいろな形につくもの

66 いろんな趣味があるもんだね

ironna shumi ga aru mon-dane

（いろいろな趣味があるものですね）

・・・・・・・・・・・・・・・・・・・・・・・・・

〜もの（だ）／〜もん（だ） Đúng là ~ / ~ mà.

Ⓐ あの人、コーラのびんばかり集めてるんだって。

Ⓑ へー、いろんな趣味があるもんだね。

Ⓐ Người kia gom toàn chai cocacola thôi ấy.
Ⓑ Thế á. Đúng là có nhiều kiểu sở thích thật đấy.

意味・
使う場面
意外なことに驚いたり感心したりした気持ちを込めて言う表現です（Ⓐ感嘆）。また、理由説明などを一方的に述べるときにも使います（Ⓑ自己主張）。

Là cách nói thể hiện cảm xúc bất ngờ, cảm kích trước một sự việc không ngờ tới (Ⓐ cảm thán). Ngoài ra cũng được dùng khi nói 1 chiều ý kiến của bản thân (Ⓑ đưa ra ý kiến).

基本パターン	［文］＋もの／もん（だ）	Ⓐ 感嘆 Ⓑ 自己主張

ポイント
〈Ⓐ感嘆〉には、改めて深く考えたり反省したりする用法も含まれます。〈Ⓑ自己主張〉は、「（だって）〜んだもん」という形で、子供が親に反論するときなどに使われます。少し子どもっぽい表現です。

Trong cách nói (Ⓐ cảm thán) bao hàm cả ý nghĩa suy nghĩ, rút kinh nghiệm sâu sắc. Còn cách nói (Ⓑ đưa ra ý kiến) có dạng "（だって）〜んだもん", thường được dùng khi con cái đưa ra ý kiến phản bác với cha mẹ. Là cách nói hơi trẻ con.

A 感嘆 Cảm thán
かんたん

1 Ａ よく、そんな重いものを一人で持てる**もん**
　　おも　　　　　ひとり　も
　　だなあ。

　　Ｂ 慣れてますから。力じゃなくて、バランス
　　な　　　　　　　ちから
　　ですよ。

Ａ Cậu một mình khiêng được đồ nặng thế cơ à!

Ｂ Vì tôi quen rồi. Cái này không cần sức mà cần giữ được thăng bằng.

2 Ａ カード１枚あれば、何でも買えて、何でも
　　まい　　　なん　　か　　なん
　　利用できるんですね。
　　りよう

　　Ｂ ほんとに。便利になった**もんですね**。
　　　　　　べんり

Ａ Chỉ cần 1 tấm thẻ là có thể mua hay sử dụng bất cứ thứ gì đấy.

Ｂ Ừ. Thật tiện lợi nhi.

3 Ａ 名前も告げずに１億円、寄付したんだって。
　　なまえ　つ　　おくえん　きふ

　　Ｂ へー、世の中には立派な人がいる**もんだ**。
　　　　　よ　なか　　りっぱ　ひと

Ａ Có người không xưng danh mà quyên góp cả 100 triệu yên đấy.

Ｂ Ồ. Trên đời vẫn có người tuyệt vời thật đấy.

4 Ａ 世界的な企業になったと思ったら、急に倒
　　せかいてき　きぎょう　　　　おも　　　きゅうとう
　　産しちゃいましたね。
　　さん

　　Ｂ 世の中、わからない**もの**ですね。
　　　よ　なか

Ａ Cứ tưởng sẽ thành doanh nghiệp tầm cỡ thế giới thế mà đột nhiên lại phá sản nhi.

Ｂ Đúng là đời chẳng biết điều gì sẽ xảy ra nhi.

B 自己主張 Đưa ra ý kiến
じこしゅちょう

5 Ａ ニンジンも食べなさい。
　　　　　　た

　　Ｂ いやだよ。嫌いなんだ**もん**。
　　　　　　　きら

Ａ Ăn cà rốt đi con.

Ｂ Ừ. Con ghét mà.

6 Ａ まだパスポート取りに行ってないの？
　　　　　　　と　　い

　　Ｂ だって、忙しくて全然時間がないんだ**もん**。
　　　　　いそが　　ぜんぜんじかん

Ａ Sao? Vẫn chưa đi lấy hộ chiếu à?

Ｂ Thì tại bận quá có thời gian đâu.

7 Ａ なんでタクシー、使わなかったの？
　　　　　　　　つか

　　Ｂ お金がなかったんだ**もん**。しょうがないで
　　　かね
　　しょ。

Ａ Sao không bắt taxi?

Ｂ Tại làm gì có tiền. Biết làm gì khác cơ chứ.

67 日本の食べ物は<u>どう？</u>

にほんのたべものは

nihon-no tabemono-wa doo?

（日本の食べ物はどうですか）
にほんのたべもの

• •

～どう？　　　　　　　　Thế nào?

Ⓐ スミスさん、日本の食べ物は**どう**？ だいたい食べられる？
にほんのたべもの　　　　　　　　　　た

Ⓑ ええ、何でも好きですよ。
なんす

Ⓐ Anh Smith này, đồ ăn của Nhật thế nào? Anh có ăn được nhiều không?

Ⓑ Vâng, tôi thích tất cả.

意味・
使う場面

「（Xは）どう？」は、Xに関して**「どう」思うか**、相手から**意見・意**
かん　　　　　おも　　　　あいて　　　いけん　い
向・感想・情報を得たいときに使います。同時に、自分の意見などを
こう　かんそう　じょうほう　え　　　　　つか　　どうじ　じぶん　いけん
相手に示す機能もあります。
あいて　しめ　きのう

"（Xは）どう？" được dùng khi muốn hỏi ý kiến, suy nghĩ, cảm tưởng, thông tin của đối
phương nghĩ "どう" về X. Ngoài ra đồng thời nó cũng có ý nghĩa thể hiện ý kiến của bản
thân với đối phương.

基本
パターン

[N（評価や感想などの対象）＋**は**]＋**どう？**　　…Ⓐ
ひょうか　かんそう　たいしょう

[N（評価や感想を尋ねられている人）＋**は**]＋**どう？**…Ⓑ
ひょうか　かんそう　たず　　　　　　ひと

※「Nは」の部分は省略されることも多い。「は」を省略した「N、どう？」
ぶん　しょうりゃく　　　　　　おお　　　　　　　しょうりゃく
の形も多い。
かたち　おお

ポイント

「この問題について、あなたはどう思いますか」という意味で、親しい
もんだい　　　　　　　　　　　おも　　　　　　いみ　した
相手には「どう（思う）？」と簡単に聞くことができます。ただし目上
あいて　　　おも　　　かんたん　き　　　　　　　　　　めうえ
の人には丁寧に「**いかがでしょうか**」「**どう思われますか**」と尋ねます。
ひと　ていねい　　　　　　　　　　　　　おも　　　　たず

Có thể hỏi người có quan hệ thân thiết với mình câu " どう（思う）？ "với ý nghĩa "Anh/
Chị nghĩ gì về vấn đề này?". Tuy nhiên với người có vị trí hơn mình thì nên hỏi bằng câu "い
かがでしょうか？" "どう思われますか？".

PART1 日本語会話の最重要文型 8

PART2 日本語会話の基本文型 80

主に動詞に つくもの

主に名詞に つくもの

主に形容詞に つくもの

文の前に つくもの

文の終わりに つくもの

会話をつなぐ もの

こそあど

いろいろな形に つくもの

A ［N（対象）＋は］＋どう？
たいしょう

1 **A** うちの母親の誕生日のお祝い、何が
　　はは　たんじょうび　いわ　なに
　　いいかな？

　B お花は、**どう？**　もらうとうれしいよ。
　　　はな

2 **A** ねえ、このワイン、**どう？**

　B いいね。値段もまあまあだし。
　　　　　ねだん

3 **A** 久しぶりにすきやきが食べたいなあ。
　　ひさ　　　　　　　　　　た
　　どう？

　B 賛成！
　　　さんせい

4 **A** 1週間くらい休みをとって、ゆっくり
　　　しゅうかん　やす
　　したいなあ。

　B じゃ、温泉旅行なんか**どう？**
　　　　おんせんりょこう

5 **A** うちのサークルも、もっとＰＲ活動を
　　　　　　　　　　　　　　かつどう
　　しないとね。

　B じゃ、ブログを始めるのは**どう？**
　　　　　　　　はじ

6 **A** この仕事はコンピューターに詳しい人
　　　しごと　　　　　　　　くわ　ひと
　　じゃないと。

　B じゃ、キムさんは**どう？**

7 **A** ＊最近**どう？**
　　　さいきん
　B ええ、おかげさまで元気でやってます。
　　　　　　　　　　げんき

B ［N（人）＋は］＋どう？
　　　ひと

8 **A** スミスさんの意見は、よくわかりました。
　　　　　　　いけん
　　で、山下さんは**どう？**
　　　やました

　B そうですねえ。難しい問題ですね。
　　　　　　　　むずか　もんだい

A Làm gì chúc mừng sinh nhật mẹ nhỉ?
B Hoa thì thế nào? Tặng hoa mẹ vui đấy.

A Này, rượu vang này thế nào?
B Được đấy. Giá cũng vừa phải.

A Lâu rồi tớ muốn ăn món sukiyaki, cậu thấy sao?
B Đồng ý!

A Giá mà được nghỉ ngơi thong thả một tuần nhỉ.
B Thế thì đi chơi suối nước nóng được không?

A Câu lạc bộ của chúng ta phải quảng bá rộng rãi hơn nữa.
B Thế thì mở blog xem sao?

A Máy tính này phải người rành mới làm được.
B Thế anh Kim thì sao?

A Dạo này thế nào?
B Vâng, cám ơn tôi khỏe.

A Tôi hiểu ý kiến của anh Smith rồi. Còn anh B thấy sao?
B Ùm. Vấn đề này khó nhỉ.

○MEMO　**7**「最近どう？」は「最近、調子はどうですか」という意味で、「調子は」を省
　　　　　　　さいきん　　　　さいきん　ちょうし　　　　　　　　　いみ　　ちょうし　　しょう
　　　　略した言い方。
　　　　りゃく　い　かた

151

CD 68

68 うん、だいぶよくなったよ ：うん

un, daibu yoku natta-yo
（うん、だいぶよくなりましたよ）

 Ủ, ừm

Ⓐ 体調は？

Ⓑ **うん**、だいぶよくなったよ。

Ⓐ Tình hình sức khỏe sao rồi?
Ⓑ Ủ, khá nhiều rồi.

▶ Ⓐ「YES ／ NO」で答えるような質問や要求などに対して、**YES の意味を表します。**Ⓑ 問いや説明などに対して、「**相手の意図を理解していること**」を示して、**会話を続けます。**

Ⓐ Là cách nói thể hiện ý YES đối với câu hỏi hay yêu cầu có thể trả lời YES/NO. Ⓑ Dùng khi muốn thể hiện ý "đang hiểu ý đối phương" đối với câu hỏi hoặc giải thích nào đó, sau đó lại tiếp tục cuộc hội thoại.

基本 パターン	[文（質問や要求、提案など）] ＋ **うん** …Ⓐ YES の意味で答える [文（問いや説明など）] ＋ **うん** 　　　　　…Ⓑ 意図を理解していることを示す

Ⓐ**1** Ⓐ 昨日はよく眠れた？

　　Ⓑ **うん**、まあまあ。

Ⓐ Hôm qua ngủ ngon không?
Ⓑ Ủ cũng được.

2 Ⓐ レポートのこと、先生に直接聞いてみたら？

　　Ⓑ **うん**、そのほうが早いね。

Ⓐ Vụ viết báo cáo thì nên hỏi trực tiếp thầy xem sao?
Ⓑ Ủ, thế nhanh hơn nhi.

Ⓑ**3** Ⓐ 今、空港にいるんだけど。

　　Ⓑ **うん**。

　　Ⓐ 到着が遅れたから、そっちに着くのが5時頃になると思う。

　　Ⓑ **うん**、わかった。気をつけて。

Ⓐ Tớ đang ở sân bay
Ⓑ Ủ.
Ⓐ Vì máy bay hạ cánh muộn nên khoảng 5 giờ tớ mới đến chỗ cậu được.
Ⓑ Ủ, tớ hiểu rồi. Đi cẩn thận nhé.

69 うーん、どうだろう

uun, doodaroo
（うーん、どうでしょうか）

うーん

Ừm...

A ここに自転車をとめてもいいのかなあ。

B **うーん**、どうだろう。

A Dựng xe đạp ở đây có được không nhỉ.
B Ừm, không biết thế nào nhỉ.

▶ 質問や問題に対する答えがすぐに出ないときに、**考えていることを示す表現**です。

Là cách nói thể hiện mình đang suy nghĩ khi chưa nghĩ ngay ra câu trả lời cho câu hỏi hay vấn đề nào đó.

基本 パターン	［文（簡単に答えにくい内容）］　＋ **うーん** （＋「疑問や否定的なこと」など）

 会話練習

1 A 土曜と日曜、どっちにする？

　 B **うーん**、どっちがいいかなあ。

A Cậu thích thứ 7 hay chủ nhật?
B Ừm, ngày nào hơn nhỉ...

2 A 6時に間に合うと思う？

　 B **うーん**、難しいんじゃないかなあ。

A Cậu nghĩ có kịp 6h không?
B Ừm... có vẻ hơi khó nhỉ.

3 A 湖まで歩いて行けますか。

　 B 湖ですか!?　**うーん**、かなり歩きますよ。

A Từ đây ra hồ có đi bộ được không?
B Hồ à!? Ừm... Đi bộ khá xa đấy.

主に動詞につくもの

主に名詞につくもの

主に形容詞につくもの

文の前につくもの

文の終わりにつくもの

会話をつなぐもの

こそあど

いろいろな形につくもの

70 へー、そうなんだ ：へー／ああ

hee, soo-nan-da
（へー、そうなのですね）

Ồ, À ...

Ⓐ 来月、寮を出て、一人暮らしを始めることにしたんです。

Ⓑ **へー**、そうなんだ。

Ⓐ Tháng sau tớ sẽ ra khỏi kí túc và bắt đầu sống một mình.

Ⓑ Ồ, thế hả.

▶ <u>聞いたことに納得したり感心したりすることを表す</u> 表現です。「はい」や「そうですか」に比べて積極的な感じのする答えですが、丁寧にはならないので、親しい間での話し方に限られます。

Là cách nói cảm thán, đồng tình với việc nghe được. Có cảm giác tích cực hơn so với 「はい」và「そうですか」 nhưng không trang trọng nên chỉ giới hạn trong hội thoại thân mật.

基本パターン	[相手の発言（軽く感心したり驚いたりすること）] ⇒ **へー**
	[相手の発言（軽く納得したり確認したりすること）] ⇒ **ああ**

 会話練習

Ⓐ 1　Ⓐ ここは昔、海だったんだよ。

　　　Ⓑ **へー**、知らなかった。

　　Ⓐ Ngày xưa ở đây là biển đấy.
　　Ⓑ Ồ, thế mà không biết.

　2　Ⓐ あの日は体調が悪くて、先に帰ったんです。

　　　Ⓑ **ああ**、そうだったんですか。

　　Ⓐ Ngày hôm đó tớ khó chịu nên về trước.
　　Ⓑ À thế hả!

　3　Ⓐ ここの色を変えてみたんだけど、どう？

　　　Ⓑ **ああ**、いいと思いますよ。

　　Ⓐ Tớ đổi màu chỗ này rồi, cậu thấy sao?
　　Ⓑ À, được đấy.

CD 71

PART1
日本語会話の
最重要文型
8

PART2
日本語会話の
基本文型
80

主に動詞に
つくもの

主に名詞に
つくもの

主に形容詞に
つくもの

文の前に
つくもの

文の終わりに
つくもの

会話を
つなぐ
もの

こそあど

いろいろな形に
つくもの

71 えっ？ 明日じゃなかった？

ett? ashita-ja nakatta?

（えっ？ 明日じゃなかったですか）

えっ？

Ủa? Ơ?
Oa?

Ⓐ レポート出した？　今日までだよね。

Ⓑ <u>えっ？</u>　明日じゃなかった？

A Cậu nộp báo cáo chưa? Hạn đến hôm nay đấy.
B Ơ? Không phải ngày mai à?

▶ **Ⓐ驚いたり疑問を感じたりしたときや、Ⓑ相手の言葉がよく聞き取れず、聞き返すとき**に使います。Ⓐで驚きが大きい場合、「えーっ」と伸ばすことが多いです。不満の気持ちがある場合は、さらに音を上げることが多いです。

Dùng trong trường hợp Ⓐ Cảm thấy bất ngờ, có nghi vấn và trường hợp Ⓑ Hỏi lại khi không nghe rõ lời của đối phương. Khi rất bất ngờ trong trường hợp (A) thì thường kéo dài thành「えーっ」. Khi có cảm xúc bất mãn thì nâng cao âm hơn.

| 基本パターン | えっ？（＋疑問や不満を表す文など） | …Ⓐ 驚きや疑問を表す |
| | | …Ⓑ 聞き返す |

会話練習

Ⓐ1　A これ、あげますよ。

　　B <u>えっ？</u>　ほんとですか。

A Cho cậu cái này
B Ơ? Thật á?

2　A 困ったなあ。旅行、行けなくなるかもしれない。

　　B <u>えーっ！</u>　それは絶対だめだよ。

A Tính sao đây? Chắc không đi du lịch được nữa quá.
B Ơ…? Không chịu đâu.

Ⓑ3　A 会議って、4時からですよね。

　　B <u>えっ？</u>　ごめん、今、何て言った？

A Họp từ 4h nhỉ.
B Ủa? Xin lỗi, anh vừa nói gì vậy?

72 なるほど。頭いい！

あたま

Naruhodo. Atama ii!

（なるほど。頭がいいですね）
　　　　　　あたま

なるほど／ふーん

Ra vậy, ra là thế,thảo nào/ Thế sao

Ⓐ こうすれば、うまく入れられるんだよ。
　　　　　　　　　　　　い

Ⓑ **なるほど**。頭いい！
　　　　　　　あたま

Ⓐ Làm thế này thì dễ cho vào này.
Ⓑ Ra vậy! Thông minh thật.

▶「なるほど」は、<u>聞いたことに納得したり感心したりすること</u>を表します。
　　　　　　　　き　　　　　　　　なっとく　　　　かんしん　　　　　　　　あらわ
「ふーん」は、<u>聞いたことの意味を一応理解したこと</u>を表します。ただし、
　　　　　　　き　　　　　　　いみ　いちおうりかい　　　　　あらわ
「なるほど」や「へー」のように肯定的な反応ではありません。関心の低
　　　　　　　　　　　　　　　こうていてき　はんのう　　　　　　　　　　かんしん　ひく
さや不満を表すことも多いので、注意が必要です。
　　ふまん　あらわ　　　　おお　　　　ちゅうい　ひつよう

「なるほど」là từ thể hiện sự quan tâm, đồng tình với việc vừa nghe. Còn「ふーん」thì mang ý đã hiểu đại khái ý nghĩa của việc vừa nghe. Tuy nhiên, không phải là phản ứng đồng tình như「なるほど」và「へー」. Thường được dùng chủ yếu với nghĩa thể hiện sự ít quan tâm hoặc bất mãn nên cần chú ý khi sử dụng.

基本パターン	［説明や助言など］⇒ **なるほど** ＋（そういうことか／それでか／だからか） せつめい　じょげん ［説明や伝聞情報など］⇒ **ふーん** せつめい　でんぶんじょうほう

 会話練習

1　Ⓐ 彼女、結婚して名前が変わったんだよ。
　　　かのじょ　けっこん　　　なまえ　か
　　Ⓑ **なるほど**。そういうことか。

Ⓐ Cô ấy kết hôn nên đổi họ rồi.
Ⓑ Thảo nào. Ra là thế.

2　Ⓐ 田中さんの子供、今年から小学生だって。
　　　たなか　　　こども　ことし　　しょうがくせい
　　Ⓑ **ふーん**。

Ⓐ Con anh Tanaka năm nay sẽ vào lớp 1 đấy
Ⓑ Thế sao.

3　Ⓐ レジ袋も石油からできてるんだよ。
　　　　ぶくろ　せきゆ
　　Ⓑ **ふーん**。そうなんだ。

Ⓐ Túi nilon được làm từ dầu mỏ đấy.
Ⓑ Ồ... Thế sao

73 で、どうなったの？

de, doo natta-no?

（それで、どうなりましたか）

で、～

Thế...

PART1
日本語会話の
最重要文型
8

PART2
日本語会話の
基本文型80

Ⓐ で、結局、どうなったの？
けっきょく

Ⓑ 中止になったよ。
ちゅうし

A Thế cuối cùng sao rồi?
B Hoãn rồi.

▶ 話の続きを聞くため、あるいは新しい話題を出すために使う表現です。「そ
はなし つづ き   あたら わだい だ   つか ひょうげん
れで」の短い形として使われます。
みじか かたち つか

Là cách nói dùng khi muốn hỏi tiếp diễn của câu chuyện hay muốn đưa ra một đề tài mới. Là
cách nói ngắn của「それで」.

基本 パターン	で？	…Ⓐ 話の続きを聞く はなし つづ き
	で ＋［文］ ぶん	…Ⓑ 新しい話題 あたら わだい

 会話練習

Ⓐ 1　Ⓐ で、どうしたんですか。

　　Ⓑ しょうがないから、遅れて行きました。
　　　　　　　　　　　おく い

A Thế rồi anh làm thế nào ?
B Thì chỉ còn cách đến muộn thôi.

2　Ⓐ で、大丈夫だったんですか。
　　　　だいじょうぶ

　　Ⓑ ええ。なんとか無事に着きました。
　　　　　　　　　　ぶじ つ

A Thế rồi có ổn không?
B Vâng, cũng đến được nơi an toàn.

3　Ⓐ で、いつにします？

Ⓑ
　　Ⓑ 早いほうがいいですね。
　　　　はや

A Thế chọn ngày nào đây?
B Càng sớm càng tốt nhỉ.

主に動詞に
つくもの

主に名詞に
つくもの

主に形容詞に
つくもの

文の前に
つくもの

文の終わりに
つくもの

会話をつなぐ
もの

こそあど

いろいろな形に
つくもの

157

74 あのさ、今週の土曜さ

ano-sa, konshuu-no doyoo-sa

（あのう、今週の土曜日）

〜さ／〜ね   ~ ấy/ ~ nhi/ này

Ⓐ あの<u>さ</u>、今週の土曜<u>さ</u>、みんなでバーベキューに行かない？

Ⓑ ああ、いい<u>ね</u>。面白そう。

Ⓐ Này này, thứ 7 tuần này mọi người đi BBQ không?
Ⓑ Ừ được đấy nhi. Nghe hấp dẫn quá.

意味・使う場面 **相手の関心を確かめながら話す**ため、句の後に付け足す表現です。親しい話し方に限って使われます。「さ」も「ね」も同じようなものですが、「さ」のほうが親しい感じが強いです。

Là cách nói thêm vào cuối câu để vừa nói vừa xem xét sự quan tâm từ đối phương. Chỉ dùng khi nói chuyện thân mật. 「さ」và「ね」đều giống nhau nhưng「さ」có cảm giác thân mật hơn.

基本パターン

[句] ＋ **さ** …Ⓐ

[句] ＋ **ね** …Ⓑ

ポイント 話したいという気持ちが表に出るので、相手も聞こうとする態度になりますが、**あまり多く使うと、うるさい感じになります。**

Khi dùng cách nói này thì tâm trạng muốn nói chuyện thể hiện ra khá rõ nên đối phương cũng phải có thái độ tập trung nghe. Dùng quá nhiều sẽ tạo cảm giác khó chịu.

158

A 〜さ

1　A 今日<u>さ</u>、授業の後、何か予定ある？
　　B いや、特にないけど。

　　A Hôm nay ấy mà, sau giờ học cậu có dự định gì chưa?
　　B Chưa, chưa có gì cả.

2　A それで<u>さ</u>、もっと詳しく話してって言ったの。
　　B うん。そうしたら？

　　A Cho nên ấy mà, tớ đã nói là nói cụ thể hơn đi.
　　B Ừ, thế rồi sao?

3　A さっき<u>さ</u>、誰と話してたの？
　　B ああ、アルバイト先で知り合った人。

　　A Lúc nãy ấy, cậu nói chuyện với ai vậy?
　　B À, với người quen ở chỗ làm thêm.

4　A 田中さん<u>さあ</u>、今、中国語習ってるんだって。
　　B へー、知らなかった。

　　A Anh Tanaka ấy, nghe nói đang học tiếng Trung Quốc.
　　B Ồ, thế hả, giờ mới nghe.

B 〜ね

5　A 私<u>ね</u>、来年留学しようかと思ってるの。
　　B へー、どこに？

　　A Tớ ấy mà, sang năm định đi du học.
　　B Ồ, ở đâu vậy?

6　A それで<u>ね</u>、もう一度事務の人に聞きに行ったんだよ。
　　B そしたら？

　　A Cho nên, tớ mới đi hỏi lại người ở văn phòng.
　　B Rồi sao rồi?

7　A そのことなんだけど<u>ね</u>。案外、反対の人が多いらしいよ。
　　B え？ そうなの？

　　A Về chuyện đó ấy mà. Không ngờ lại nhiều người phản đối thế.
　　B Thế cơ á?

8　A 昨日の話<u>ね</u>、まだ、はっきり決まってないみたい。
　　B そうなんだ。

　　A Chuyện hôm qua ấy, hình như vẫn chưa quyết rõ ràng.
　　B Thế hả.

PART1
日本語会話の最重要文型8

PART2
日本語会話の基本文型80

主に動詞につくもの

主に名詞につくもの

主に形容詞につくもの

文の前につくもの

文の終わりにつくもの

会話をつなぐもの

こそあど

いろいろな形につくもの

75 この辺に喫茶店なかった？

kono hen-ni kissaten nakatta?

（この辺に喫茶店がありませんでしたか）

・・・・・・・・・・・・・・・・・・・・・・・・・・・・・・・・・・・・・・

この／その／あの／どの　　Đây/ Kia/ Đó

Ⓐ <u>この</u>辺に喫茶店なかった？

Ⓑ あるよ。ほら、あそこ。

Ⓐ Quanh đây có quán cà phê không?
Ⓑ Có đấy. Kìa, kia kìa.

意味・
使う場面 「これ／それ／あれ／どれ」が名詞に続く形です。

Là dạng có danh từ tiếp nối phía sau của「これ／それ／あれ／どれ」.

基本パターン	**この**＝話し手に近い
	その＝聞き手に近い
	あの＝話し手と聞き手から遠い
	どの＝？（どこか／どれかわからない）

ポイント 「この／その／あの／どの」は、「この・へん」のように**いろいろな語に付いて熟語のように**使われます。少しずつ覚えていくことで、聴き取りと表現の力が増します。

「この／その／あの／どの」được sử dụng như từ ghép với nhiều từ tiếp nối sau đó giống như「この・へん」. Nếu ghi nhớ từng chút một sẽ tăng được khả năng nghe và diễn đạt.

1 A **この人**たちは何のグループかなあ。

　　 B ツアーの観光客じゃない？

A Những người này là nhóm gì thế nhỉ?
B Chắc là khách du lịch chăng?

2 A ずいぶん人が多いですね。

　　 B ええ。毎年**この**時期はすごく混むんです。

A Đông người thế nhỉ.
B Ừ. Hàng năm cứ dịp này là đông lắm.

3 A **その**犬、大きさは？

　　 B だいたい**この**ぐらいです。

A Con chó đó to chừng nào?
B Khoảng chừng này này.

4 A さわると危ないので、**その**ままにして
　　 　 おいてください。

　　 B わかりました。

A Sờ vào nguy hiểm đấy nên cứ để nguyên như thế đi.
B Tôi hiểu rồi.

5 A ときどき学生時代に戻りたくなるよ。

　　 B **あの**頃は楽しかったからね。

A Đôi lúc lại muốn quay về thời sinh viên nhỉ.
B Hồi đó vui nhỉ.

6 A **あの**男の子、迷子じゃない？

　　 B そうかもしれない。＊ 今にも泣きそうな
　　 　 顔してる。

A Thằng bé kia bị lạc hay sao ấy?
B Có lẽ thế. Trông mặt sắp khóc rồi.

7 A **あの**話、結局どうなったんだろう。

　　 B 研修旅行でしょ。＊ とりあえず延期に
　　 　 なったみたい。

A Chuyện đó cuối cùng thế nào nhỉ.
B Đi thăm quan á. Chắc hoãn rồi.

8 A 今度引っ越したの、**どの**辺り？

　　 B 中央公園のすぐそばだよ。

A Lần này cậu chuyển nhà đi đâu?
B Ngay cạnh công viên Chuo.

PART1
日本語会話の最重要文型 8

PART2
日本語会話の基本文型 80

主に動詞につくもの

主に名詞につくもの

主に形容詞につくもの

文の前につくもの

文の終わりにつくもの

会話をつなぐもの

こそあど

いろいろな形につくもの

MEMO　**6** 今にも～そう：すぐにも／まさに～そう。

　　　　　7 とりあえず：（これからどうなるか、わからないが）今、この場面では。

161

76 こっちにするよ

kocchi-ni suru-yo

（これのほうにしますよ）

・・・・・・・・・・・・・・・・・・・・・・・・・・・・・・・・

こっち／そっち／あっち／どっち　　Này/ Kia/ Đấy/ Cái nào

Ⓐ デザインは違うけど、値段は一緒だね。

Ⓑ なるほど。じゃ、**こっち**にするよ。

Ⓐ Thiết kế khác nhau nhưng giá thì giống nhỉ.
Ⓑ Ừ. Thế chọn cái này.

意味・使う場面 🖊 「**これのほう、話し手のほう**」という意味で「**こっち**」といいます。「**こちら**」と同じですが、より会話的です。物や事、場所のほか、人や組織を指す用法（会話例**3**）もあります。「そっち／あっち／どっち」も同じです。

Chúng ta sẽ dùng 「こっち」 với nghĩa "phía này, phía người nói". Cũng giống với 「こちら」 nhưng là cách nói hội thoại thông thường. Cũng có thể dùng để chỉ sự vật, sự việc, địa điểm hay chỉ người, tổ chức. 「そっち／あっち／どっち」 cũng tương tự như vậy.

基本
パターン

こっち＝これのほう、私（話し手）のほう、私／私たち（の側）

そっち＝それのほう、あなた（聞き手）のほう、あなた／あなたたち（の側）

あっち＝あれのほう、私とあなたから遠いほう、彼／彼女／彼ら／彼女ら（の側）

どっち＝どの方向、二つのうちのどれ

ポイント

改まった場面や丁寧な話し方では、「**こちら／そちら／あちら／どちら**」を使います。話の中の事や物を指す場合は、普通、「そっち」より「それ」を使います。

Trong hội thoại ở bối cảnh lịch sự, trang trọng sẽ dùng 「こちら／そちら／あちら／どちら」. Khi muốn chỉ sự vật sự việc trong câu chuyện đang nói thì thường dùng 「それ」 hơn là 「そっち」.

1　Ａ **こっち**と**そっち**、どう違うんですか。
　　Ｂ こちらのほうが作りがしっかりしています。

　　Ａ Cái này và cái kia khác nhau thế nào nhi?
　　Ｂ Cái này có vẻ được làm chắc chắn hơn.

2　Ａ **こっち**を出るのが１時だから、**そっち**に着くのは４時ぐらいになると思う。
　　Ｂ わかった。

　　Ａ Tôi ra khỏi đây lúc 1h nên đến đó chắc khoảng 4h.
　　Ｂ Tôi hiểu rồi.

3　Ａ **こっち**は完全に学生のチームだけど、**あっち**は元プロが２人もいるんだって。
　　Ｂ じゃ、勝てないよ。

　　Ａ Phía này là đội toàn học sinh còn phía kia có những 2 người vốn là cầu thủ chuyên nghiệp đó.
　　Ｂ Thế thì sao mà thắng nổi.

4　Ａ **あっち**の店のほうがいいんじゃない。**こっち**は高いよ。
　　Ｂ じゃ、もう一回見に行こう。

　　Ａ Quán kia hơn đấy. Quán này đắt lắm.
　　Ｂ Thế thì đi xem lại lần nữa vậy.

5　Ａ 行くの、行かないの、**どっち**？
　　Ｂ ちょっと待ってよ。

　　Ａ Đi hay không đi đây?
　　Ｂ Đợi 1 chút đi mà.

6　Ａ **こっち**の選手のほうが人気あるんだね。
　　Ｂ 実力は同じくらいだけどね。

　　Ａ Cầu thủ này được yêu thích hơn nhi.
　　Ｂ Thực lực thì ngang nhau nhi.

7　Ａ ＊各駅と次の急行、**どっち**のほうが早く着くんだろう。
　　Ｂ さあ…。駅員に聞いてみよう。

　　Ａ Tàu nhanh chuyển tiếp theo và tàu thường, cái nào đến nhanh hơn nhi.
　　Ｂ Đi hỏi nhân viên nhà ga đi.

8　Ａ 駅は**どっち**かなあ。全然わかんない。
　　Ｂ （指を差しながら）**こっち**か**こっち**、**どっち**かだよ。

　　Ａ Ga ở hướng nào nhi. Chịu không biết luôn.
　　Ｂ (Chỉ tay) Hướng này hoặc hướng này. Hương nào nhi?

MEMO

7　各駅：「各駅停車」のこと。一駅ずつ停まる電車。

163

77 こちらにお入りください
はい

kochira-ni o-hairi-kudasai

（ここに入ってください）
はい

● ●

こちら／そちら／あちら／どちら　　Đây/ Kia/ Đó/ Đâu, nào

Ⓐ どうぞ、**こちら**にお入りください。
はい

Ⓑ あ、はい。失礼します。
しつれい

Ⓐ Xin mời vào lối này.
Ⓑ À vâng, tôi xin phép.

意味・
使う場面

「これのほう、話し手のほう」という意味で「こちら」といいます。「こっ
はな　て
ち」と同じですが、より丁寧な言い方です。物や事、場所のほか、人
おな　　　　　　　ていねい　い　かた　　もの　こと　ばしょ　　　　ひと
や組織を指す用法（例：こちらが田中さんです。）もあります。「そち
そしき　さ　ようほう　れい　　　　　　　たなか
ら／あちら／どちら」も同じです。
おな

Chúng ta sẽ dùng 「こちら」 với nghĩa "phía này, phía người nói". Cũng giống với 「こっち」
nhưng là cách nói lịch sự hơn. Cũng có thể dùng để chỉ sự vật, sự việc, địa điểm hay chỉ
người, tổ chức. 「そちら／あちら／どちら」 cũng tương tự như vậy.

基本
パターン

こちら＝これのほう、私（話し手）のほう、私／私たち（の側）
わたし　はな　て　　　わたし　わたし　　がわ

そちら＝それのほう、あなた（聞き手）のほう、あなた／あな
き　て
た たち（の側）
がわ

あちら＝あれのほう、私とあなたから遠いほう、彼／彼女／
わたし　　　　とお　　かれ　かのじょ
彼ら／彼女ら（の側）
かれ　かのじょ　　がわ

どちら＝どの方向、二つのうちのどれ
ほうこう　ふた

ポイント

話の中の事や物を指す場合は、普通、「そちら」より「それ」を使います。
はなし　なか　こと　もの　さ　ばあい　ふつう　　　　　　　　　　　　　つか
Trong trường hợp chỉ sự việc sự vật trong lúc nói chuyện thì thường dùng 「それ」 hơn là 「そ
ちら」.

1 Ⓐ 恐れ入りますが、<u>こちら</u>のカード期限
切れになっておりました。

Ⓑ そうでしたか…。

Ⓐ Xin lỗi, thẻ này đã hết hạn sử dụng rồi ạ.
Ⓑ Ôi thế à.

2 Ⓐ じゃ、今から<u>そちら</u>に伺います。

Ⓑ わかりました。

Ⓐ Thế giờ tôi sẽ tới đó ạ.
Ⓑ Vâng.

3 Ⓐ <u>あちら</u>にいらっしゃるのが山下先生です。

Ⓑ ああ、けっこう若い方なんですね。

Ⓐ Người ở đằng kia là thầy Yamashita.
Ⓑ À, thầy trẻ quá nhỉ.

4 Ⓐ ご出身は<u>どちら</u>の大学ですか。

Ⓑ Ｋ大学です

Ⓐ Anh xuất thân từ trường đại học nào?
Ⓑ Đại học K ạ.

5 Ⓐ よろしければ、<u>そちら</u>のお荷物をお預か
りしますが。

Ⓑ あ、じゃ、お願いします。

Ⓐ Nếu được chúng tôi sẽ giữ giùm hành lí đó ạ.
Ⓑ À thế thì nhờ chị.

6 Ⓐ ご連絡は、電話とメール、<u>どちら</u>がよろ
しいですか。

Ⓑ <u>どちら</u>でもけっこうです。

Ⓐ Tôi liên lạc bằng điện thoại hay mail thì được ạ?
Ⓑ Cái nào cũng được ạ.

7 〈電話で〉

Ⓐ …恐れ入ります。* <u>どちら</u>の田中様でしょ
うか。

Ⓑ ふじ工業の田中です。

(Điện thoại)
Ⓐ Xin lỗi là ông Tanaka ở đơn vị nào ạ?
Ⓑ Tanaka ở công ty Fuji Kogyo ạ.

PART1
日本語会話の最重要文型8

PART2
日本語会話の基本文型80

主に動詞につくもの

主に名詞につくもの

主に形容詞につくもの

文の前につくもの

文の終わりにつくもの

会話をつなぐもの

こそあど

いろいろな形につくもの

🔘MEMO **7** どちら：「誰ですか」の意味で、「どちら様ですか」という表現もよく使われる。

165

78 こうすれば、開くんだよ

koo sureba, aku-n-dayo
(こうすれば、開くのですよ)

こう／ああ／どう（副詞）　Thế này/ Thế kia/ Thế nào (Phó từ)

Ⓐ 〈入れ物など〉ほら。**こう**すれば、簡単に開くんだよ。
Ⓑ あ、ほんとだ。

Ⓐ (Ngăn kéo) Đây này. Làm thế này là mở được ngay đấy.
Ⓑ A, ra là vậy.

意味・使う場面 「こう（副詞）」は「このように」という意味で、**動詞を伴って**使われます。「そう／ああ／どう」も同じです。

※「そう」については「そう」（p.174）で別に扱う。

「こう（phó từ）」có nghĩa là "Như thế này" và thường được dùng với động từ. 「そう／ああ／どう」cũng như vậy.

基本パターン

こう／ああ／どう ＋ V
こう＝このように、私（話し手）のほうを指す感じ
ああ＝あのように、私とあなたから遠いほうを指す感じ
どう＝どのように？、方向や方法がわからない

ポイント

具体的にやり方などを示すときに使います。
Thường dùng khi đưa ra cách làm cụ thể v.v...

166

1 A この字は、左から右へ<u>こう</u>書くんです。
　B わかりました。

A Chữ này viết từ trái sang phải như thế này.
B Vâng.

2 A あの人のやり方をよく見てください。<u>ああ</u>やればいいんですよ。
　B はい、わかりました。

A Hãy nhìn cách làm của người kia đi. Cứ làm như thế kia là được.
B Vâng, tôi hiểu rồi.

3 A ケンだったら、これ、日本語に<u>どう</u>訳す？
　B うーん、難しいね。

A Nếu là Ken thì sẽ dịch cái này sang tiếng Nhật như thế nào?
B Ùm... Khó nhỉ.

4 A <u>こう</u>雨が続くと、洗濯が全然できないね。
　B ほんと、困る。

A Cứ mưa thế này thì chẳng giặt được quần áo nhỉ.
B Ừ, gay thật. 。

5 A 昨日の試合、見た？　ひどかったね。
　B 最初はよかったのに、なんで<u>ああ</u>なったんだろうね。

A Cậu có xem trận đấu tối qua không? Dở tệ luôn.
B Mới đầu còn đỡ thế mà không hiểu sao lại thành ra như thế nhỉ.

6 A <u>どう</u>やったら、そんなにうまくなるの？
　B それはもちろん、練習だよ。

A Làm thế nào thì giỏi được như thế nhỉ?
B Phải luyện tập chăm chỉ thôi.

7 A <u>こう</u>してほしいという意見があれば、どんどん言ってください。
　B わかりました。

A Nếu có ý kiến muốn làm thế này thế kia thì cứ nói nhé.
B Vâng ạ.

8 A 面接に落ちたら、<u>どう</u>すればいいんだろう。
　B また、ほかのところを受ければいいよ。

A Nếu trượt phỏng vấn thì làm thế nào nhỉ?
B Thì lại tìm chỗ khác thôi.

PART1
日本語会話の最重要文型 8

PART2
日本語会話の基本文型 80

主に動詞につくもの

主に名詞につくもの

主に形容詞につくもの

文の前につくもの

文の終わりにつくもの

会話をつなぐもの

こそあど

いろいろな形につくもの

79 そんな話、初めて聞いた

sonna hanashi, hajimete kiita

（そのような話は初めて聞きました）
・・・・・・・・・・・・・・・・・・・・・・・・・・・・・・・・・

こんな／そんな／あんな／どんな　Như thế này/Như thế kia / Như thế nào

Ⓐ うちの会社も来年、海外に店を出すんでしょ。

Ⓑ ほんと？　**そんな**話、初めて聞いた。

Ⓐ Công ty mình sang năm mở chi nhánh ở nước ngoài đấy.
Ⓑ Thật á? Lần đầu nghe chuyện như thế đấy.

意味・
使う場面

「こんな」は「このような」という意味です。**話し手やその周辺の状況、話し手が手に持っている物や近くにある物の様子**を表します。「そんな／あんな／どんな」も同様です。

「こんな」có nghĩa "như thế này". Thể hiện trạng thái của người nói và xung quanh cũng như tình trạng của sự vật người nói đang cầm trên tay hoặc ở gần người nói.

基本
パターン

こんな／そんな／あんな／どんな ＋［N］

こんな⇒このような、話し手やその周辺の状況、話し手が手に持っている物・近くにある物

そんな⇒そのような、聞き手やその周辺の状況、聞き手が手に持っている物・近くにある物

あんな⇒あのような、話し手と聞き手が知る物事の状態、話し手と聞き手から見える物の様子

どんな⇒どのような？

ポイント

「こんな」と「こういう」は、意味はほとんど同じです。「こんな」のほうが少しやわらかく、指示するものへの話し手の感情が含まれることが多いです。また、**低く見たり軽く扱ったりする場合のほうが多いです**。

「こんな」và「こういう」có nghĩa gần như nhau. 「こんな」thì nghe mềm mại hơn, và thường bao hàm cả cảm xúc của người nói đối với sự vật được nhắc đến. Ngoài ra, cũng thường được dùng với ý nghĩa coi nhẹ.

会話練習

1 Ⓐ 見て。今、妹からこんなメールが来て、
　　びっくりした。

　　Ⓑ へー、楽しそうだね。

Ⓐ Nhìn này. Em gái tớ vừa mới gửi cái
mail như thế này, choáng quá.
Ⓑ Ồ, trông vui nhỉ.

2 Ⓐ ここ、すごくいい席だね。

　　Ⓑ うん。こんな近くで見るのは初めて。

Ⓐ Chỗ này tuyệt quá nhỉ.
Ⓑ Ừ. Lần đầu tiên tớ được xem gần như
thế này.

3 Ⓐ この中で、うちのチームが一番弱い？

　　Ⓑ そんなことはないんじゃない？

Ⓐ Trong đây thì đội chúng ta yếu nhất à?
Ⓑ Làm gì có chuyện như thế chứ.

4 Ⓐ 日本語が下手なんですが、大丈夫ですか。

　　Ⓑ *そんなの、気にしなくていいよ。

Ⓐ Tiếng Nhật của tôi kém lắm, liệu có
sao không ạ?
Ⓑ Anh không cần bận tâm việc như thế
đâu.

5 Ⓐ そんなに食べて大丈夫？

　　Ⓑ ちょっと食べ過ぎたかもしれない。

Ⓐ Cậu ăn nhiều như thế có sao không?
Ⓑ Chắc ăn hơi nhiều nhỉ.

6 Ⓐ 結婚するんだったら、あんな人がいいな。

　　Ⓑ そう？

Ⓐ Kết hôn là phải với người như thế
chứ.
Ⓑ Thế sao?

7 〈試験〉

　　Ⓐ 彼、あんなに頑張ったのに、
　　だめだったんだって。

　　Ⓑ そうか…。残念だったね。

(Kì thi)
Ⓐ Anh ấy cố gắng như thế mà vẫn
trượt.
Ⓑ Thế à. Tiếc nhỉ!

8 Ⓐ 今度のパーティーには、どんな服で行く？

　　Ⓑ まだ決めてない。

Ⓐ Cậu mặc trang phục như thế nào tới
bữa tiệc lần này?
Ⓑ Tớ vẫn chưa quyết.

〔右側タブ〕
PART1
日本語会話の最重要文型 8

PART2
日本語会話の基本文型 80

主に動詞につくもの
主に名詞につくもの
主に形容詞につくもの
文の前につくもの
文の終わりにつくもの
会話をつなぐもの
こそあど
いろいろな形につくもの

⌁MEMO　**4** そんなの：「そんなこと / もの」を短くした言い方。

80 そういうかばんが欲しい

sooyuu kaban-ga hoshii

（そのようなかばんが欲しいです）

こういう／そういう／
ああいう／どういう　Như thế này/ Như thế kia/ Như thế nào

Ⓐ 私も**そういう**かばんが欲しいなあ。

Ⓑ これ？ うん、軽くていいよ。

Ⓐ Tớ muốn có cái cặp như thế kia.

Ⓑ Cái này á? Ừ, nhẹ phết.

意味・
使う場面

🖋「こういう」は「このような」という意味です。**話し手やその周辺の
状況、話し手が手に持っている物や近くにある物の様子**を表します。
「そういう／ああいう／どういう」も同じです。

「こういう」có nghĩa "như thế này". Thể hiện trạng thái của người nói và xung quanh cũng
như tình trạng của sự vật người nói đang cầm trên tay hoặc ở gần người nói.「そういう／
ああいう／どういう」cũng có ý nghĩa tương tự.

基本
パターン

こういう／そういう／ああいう／どういう ＋ [N]

こういう⇒このような、話し手やその周辺の状況、話し手が
手に持っている物・近くにある物

そういう⇒そのような、聞き手やその周辺の状況、聞き手が
手に持っている物・近くにある物

ああいう⇒あのような、話し手と聞き手が知る物事の状態、
話し手と聞き手から見える物の様子

どういう⇒どのような？

ポイント

「こういう」と「こんな」は、意味はほとんど同じです。比べると、「こ
んな」が感情を含んだ言い方であるのに対し、**「こういう」のほうが
客観的な言い方**です。

「こんな」và「こういう」có nghĩa gần như nhau. So sánh thì「こんな」là cách nói bao hàm
cả cảm xúc của người nói, còn「こういう」là cách nói mang tính khách quan.

170

1 A 最近、**こういう**事件が多いね。
　　B ほんと。*いやになるね。

A Dạo này nhiều vụ như thế này nhỉ.
B Ừ. Sợ thật đấy.

2 A **こういう**ときはどうしたらいいんだろう？
　　B わかんない。ネットで調べてみよう。

A Lúc như thế này thì nên làm sao nhỉ?
B Tớ chịu. Thử tra trên web xem sao.

3 A コーチから学ぶことなんて、何もないよ。
　　B **そういう**言い方は失礼だよ。

A Chẳng học được cái gì từ huấn luyện viên cả.
B Nói như thế là thất lễ đấy.

4 A 誰かほかの人にやってもらう、というのは？
　　B ああ、**そういう**考え方もあるね。

A Nhờ ai đó làm hộ, nghĩa là sao nhỉ?
B À, thì cũng có cách suy nghĩ như thế mà.

5 A 変わった店だったね。
　　B でも、最近、**ああいう**店、増えてるよ。

A Quán này lạ nhỉ.
B Nhưng gần đây quán như thế nhiều lắm.

6 A うちのチームにも**ああいう**選手が欲しいね。
　　B そうだね。

A Đội chúng ta cũng cần có cầu thủ như thế nhỉ.
B Ừ.

7 A **どういう**音楽が好きなんですか。
　　B 何でも好きですよ。日本のポップスも好きです。

A Anh thích nhạc như thế nào?
B Tôi thích hết. Thích cả nhạc Jpop.

8 A それって、**どういう**こと？
　　B 私も詳しく知らないんです。

A Cái đó là thế nào?
B Tớ cũng không hiểu rõ.

🎧MEMO **1** いやになる：「いやだという気持ちになる」という意味。

81 それは心配だね
しんぱい

sore-wa shinpai-dane

（それは心配ですね）
しんぱい

● ●

それ   Thế, đó

Ⓐ 夕方からずっと連絡がとれないんです。
ゆうがた　　　　　　れんらく

Ⓑ それは心配ですね。
しんぱい

Ⓐ Từ chiều tới giờ không liên lạc được.

Ⓑ Thế thì lo quá nhỉ.

意味・
使う場面　「それ」は「聞き手の近くにあるもの」や「話の中に出てきた物や事」
きてちか　　　　　　　　　　　はなしなかでてもこと
を指します。
さ

> 「それ」chỉ "vật gần với người nghe" và "sự vật, sự việc đã xuất hiện trong đoạn nói chuyện".

基本
パターン   **それ** ＋ {は〜　など}

Ⓐ 具体的な物
ぐたいてきもの

Ⓑ 情報
じょうほう

Ⓒ 発言・行為
はつげんこうい

Ⓓ 状況
じょうきょう

ポイント　話の中に出てきた物や事で、自分の知らないものを指します。Ⓐが
はなしなかでてもことじぶんし　　　　　　　さ
「昨日、靴を買ったよ」と言うと、Ⓑはその靴のことは初めて聞くの
きのうくつかいくつはじき
で、「それ、どんな靴？」と聞きます。目の前になくても、一緒に
くつきめまえいっしょ
買ったりして知っていれば、「あれ、いい靴だね」などと言います。
かしくつい

> Dùng để chỉ sự vật, sự việc xuất hiện trong câu chuyện mà mình không biết. Ⓐ nói 「昨日、靴を買ったよ」thì với Ⓑ sẽ là lần đầu tiên nghe tới đôi giầy đó nên sẽ hỏi 「それ、どんな靴？」. Dù không có ở trước mặt nhưng cả hai cùng mua và biết đến thì sẽ nói 「あれ、いい靴だね」.

Ⓐ 具体的な物　Vật cụ thể

1　Ⓐ **それ**、いいですね。どこで買ったんですか。
　　Ⓑ ベトナムです。

Ⓐ Cái đó hay nhỉ. Cậu mua ở đâu vậy?
Ⓑ Ở Việt Nam.

2　Ⓐ **それ**はどんな味ですか。
　　Ⓑ チーズみたいな味です。今度買って持ってきますよ。

Ⓐ Cái đó vị thế nào?
Ⓑ Vị như là pho mai. Để lần tới tôi mua đến.

3　Ⓐ **それ**、うまく開かないの。開けてくれない？
　　Ⓑ ああ、このワインね。

Ⓐ Cái kia tớ không mở được. Mở giúp tớ được không?
Ⓑ À, là chai vang này hả.

Ⓑ 情報　Thông tin

4　Ⓐ あの二人が離婚!?　**それ**、本当なの？
　　Ⓑ うん。残念だけどね。

Ⓐ Hai người kia li hôn ư!? Có thật không?
Ⓑ Ừ, tiếc quá.

Ⓒ 発言・行為　Phát ngôn, hành vi

5　Ⓐ 上司がそんなこと言ったの!?　**それ**ってセクハラだよ。
　　Ⓑ そうだよね。

Ⓐ Sếp nói thế sao? Thế là quấy rối rồi.
Ⓑ Chứ sao nữa.

Ⓓ 状況　Tình trạng

6　Ⓐ みんなに迷惑かけて、ほんとに申し訳ないよ。
　　Ⓑ ＊**それ**より体の具合はどうなの？

Ⓐ Làm phiền tới mọi người tôi thành thật xin lỗi.
Ⓑ Việc đó không quan trọng bằng tình hình sức khỏe anh sao rồi.

7　〈コンサートの中止〉
　　Ⓐ 当日に突然中止。もう、がっかりだよ。
　　Ⓑ **それ**はひどいね。

(Buổi hòa nhạc bị hoãn)
Ⓐ Hoãn đột ngột đúng ngày luôn á. Thật đáng thất vọng.
Ⓑ Quá đáng thật đấy.

8　〈人や店など〉
　　Ⓐ 中村さんが推薦したんだ。**それ**なら大丈夫。
　　Ⓑ 中村さん、信用があるんですね。

(Người hay quán ăn)
Ⓐ Do anh Nakamura tiến cử đấy. Thế thì không vấn đề gì.
Ⓑ Anh Nakamura đáng tin cậy mà.

📝**MEMO**　**6** それより：そんなことより、それはいいから。

PART1　日本語会話の最重要文型 8
PART2　日本語会話の基本文型 80
主に動詞につくもの
主に名詞につくもの
主に形容詞につくもの
文の前につくもの
文の終わりにつくもの
会話をつなぐもの
こそあど
いろいろな形につくもの

82 そう。それはよかった

soo. sore-wa yokatta

（そうですか。それはよかったです）

• •

そう   thế à, đó

Ⓐ おかげさまで大学に合格しました。
　　　　　　　　　だいがく　ごうかく

Ⓑ そう。それはよかった。

Ⓐ Tớ đỗ đại học rồi!
Ⓑ Thế sao. Tốt rồi!

意味・ 主に次の３つの使い方があります──Ⓐ相手の話を聞いて、その内
使う場面　　　　 おも つぎ　　　　　　　　　　　　　　　　　　あい て はなし き　　　　　　ない
容を指す。Ⓑ自分の言ったことを指す。Ⓒ答えを考えるときに言う
よう さ　　　　じ ぶん い　　　　　さ　　こた　かんが　　　　　い
（慣用的な表現）。
かんようてき ひょうげん

Có 3 cách sử dụng chính. ⒶNghe câu chuyện của đối phương và chỉ nội dung đó. ⒷChỉ
việc mình đang nói đến. ⒸDùng khi đang nghĩ câu trả lời (cách nói thường dùng).

基本 パターン	〈相手の話を受けて〉 そう＋α … Ⓐ相手が言ったことを指す あい て はなし う　　　　　　　　　　あい て い　　　　さ
	そう＋α … Ⓑ自分が言ったことを指す じ ぶん い　　さ
	〈前の話を受けて〉 そう＋だ/です＋ね/なあ まえ はなし う … Ⓒ答えを考えるときに言う こた かんが　　　　　い

ポイント 「聞いてわかった」ことを表す「そう」「そうですか」、同意を強調す
き　　　　　　　　　　　あらわ　　　　　　　　　　　　　　　　　　　　　　どう い きょうちょう
る「そう、そう」、「納得した、感心した」ことを表す「そうなんだ」
なっとく　かんしん　　　　あらわ
などがよく使われます。
つか

〈ほかの例〉
れい
そうなんです／そうかなあ／そうすれば？／そうじゃない？／そう思う
おも

" そう "" そうですか " là câu thể hiện ý " 聞いてわかった ", " そうそう " nhấn mạnh sự đồng
tình, " そうなんだ " thể hiện ý " 納得した、感心した "" そうなんだ ".

174

会話練習

A 相手が言ったことを指す　Chỉ việc đối phương đang nói.

1　A 全員無事でした。
　　B **そう**ですか。よかったですね。

> A Tất cả đều bình an.
> B Thế à. May quá!

2　A 髪型、似合ってるよ。
　　B **そう**？ ＊ありがと。

> A Kiểu tóc này hợp đấy.
> B Thế sao? Cám ơn cậu.

3　A 最終試験は来月になったんだって。
　　B えっ、**そう**なの？

> A Kì thi cuối cùng là tháng sau phải không nhỉ?
> B Ủa, thế sao?

4　A 彼、結局、医者になるの、あきらめたんだって。
　　B **そう**なんだ。

> A Cuối cùng anh ấy lại từ bỏ giấc mơ trở thành bác sĩ đấy.
> B Thế sao.

5　A やっぱりイタリアで食べたピザは最高においしかったです。
　　B そりゃ、**そう**でしょ。

> A Bánh pizza ăn ở Ý đúng là ngon nhất.
> B Chứ còn gì nữa.

B 自分が言ったことを指す　Chỉ việc mình đang nói.

6　A こういうところが日本は遅れてるんだよ。**そう**思わない？
　　B そうだね。

> A Thế mới nói Nhật Bản chậm ở chỗ đó. Cậu có nghĩ thế không?
> B Ừ, đúng thế.

C 答えを考えるときに言う　Nói trước khi đưa ra câu trả lời.

7　A どうして日本に留学しようと思ったんですか。
　　B **そう**ですね。子供の頃から日本の文化に興味があったんです。

> A Tại sao em lại có ý định sang Nhật học?
> B Dạ, vì từ bé em đã quan tâm tới văn hóa Nhật Bản.

8　A 次、外国に旅行に行くとしたら、どこ？
　　B **そう**だなあ。タイかな。

> A Nước ngoài tiếp theo cậu định đi du lịch là đâu?
> B Ừm... chắc là Thái.

PART1
日本語会話の最重要文型8

PART2
日本語会話の基本文型80

主に動詞につくもの

主に名詞につくもの

主に形容詞につくもの

文の前につくもの

文の終わりにつくもの

会話をつなぐもの

こそあど

いろいろな形につくもの

🔊MEMO **2** ありがと：「ありがとう」のくだけた言い方。

175

83 かさはいいよ

kasa-wa ii-yo

（かさは必要ないです）

〜はいい（不要）　　　　　Không cần

Ⓐ 用意はできましたか。かさは持ちました？

Ⓑ かさはいいよ。降らないと思う。

Ⓐ Chuẩn bị xong chưa? Cầm theo ô chưa?
Ⓑ Không cần ô đâu. Tôi nghĩ không mưa đâu.

意味・
使う場面

「**いらない、不要だ**」という意味で使われる場合の「**いい**」です。手伝いなどの申し出を断るときによく使います。「〜は」は、省略されることも多いです。

「いい」 trong trường hợp này được dùng với nghĩa "không cần" "không cần thiết". Thường dùng khi từ chối lời đề nghị giúp đỡ. 「〜は」 hay bị lược bỏ.

基本 パターン	
Ⓐ [N] ＋ **は** ＋ **いい**	
Ⓑ [Vる＋の／それ] ＋ **は** ＋ **いい**	
※ Ⓑ の「〜のは（それは）」はふつう、省略される。	

ポイント

「**いい**」「**いいんだ**」は、主にくだけた会話で使われます。丁寧に言う場合、「**いいです**」「**いいんです**」を使うこともありますが、「**けっこうです**」など、ほかの表現を使うことが多くなります。

Cách nói 「いい」「いいんだ」 chủ yếu dùng trong hội thoại thân mật, suồng sã. Khi nói một cách lịch sự thì dùng 「いいです」「いいんです」, hoặc cũng có thể dùng cách nói khác như 「けっこうです」.

A [N] ＋ は ＋ いい

1 Ⓐ これはまだ取っておきますか。

　　Ⓑ いや、それ**は**もう**いい**です。捨て
　　　 てください。

Ⓐ Có giữ lại cái này không ạ?
Ⓑ Không, cái đó không cần nữa. Bỏ đi.

2 Ⓐ お礼**はいい**って言ったんだけどな。

　　Ⓑ けっこういいお菓子だよ、これ。

Ⓐ Đã bảo không cần cám ơn rồi mà.
Ⓑ Nhưng bánh này ngon lắm ạ.

3 Ⓐ 言い訳**はいい**から、早くやって。

　　Ⓑ はい、すみません。

Ⓐ Không cần lí do lí trấu, làm nhanh lên.
Ⓑ Vâng, em xin lỗi ạ.

4 Ⓐ 子供の入場料はいくらですか。

　　Ⓑ ああ、子供**はいい**んだって。

Ⓐ Vé vào cửa của trẻ em bao nhiêu thế ạ?
Ⓑ À, trẻ em thì không cần.

B [Vる＋の] ＋ は ＋ いい

5 Ⓐ 森さん、何か飲みますか。

　　Ⓑ いえ、**いい**です。ありがとうございます。

Ⓐ Mori, anh uống gì không?
Ⓑ Không, tôi không cần. Cám ơn anh.

6 〈電車やバスで〉

　　Ⓐ どうぞ座ってください。

　　Ⓑ あ、**いい**です、いいです。次で降りますから。

(Trên tàu điện, xe buýt)
Ⓐ Mời bác ngồi.
Ⓑ À, không cần không cần. Bến sau tôi xuống rồi.

7 Ⓐ 重そうですね。手伝いましょうか。

　　Ⓑ **いい**よ、一人で大丈夫だから。

Ⓐ Nặng thế. Để tôi giúp.
Ⓑ Không cần đâu. Tôi làm được một mình.

8 Ⓐ エアコン、つけたほうがいいですか。

　　Ⓑ まだ**いい**んじゃない。

Ⓐ Có bật điều hòa không ạ?
Ⓑ Chắc chưa cần đâu.

PART1
日本語会話の最重要文型 8

PART2
日本語会話の基本文型 80

主に動詞につくもの

主に名詞につくもの

主に形容詞につくもの

文の前につくもの

文の終わりにつくもの

会話をつなぐもの

こそあど

いろいろな形につくもの

84 何か書くものある？

<ruby>何<rt>なに</rt></ruby>か<ruby>書<rt>か</rt></ruby>

nanika kaku-mono aru?
（<ruby>何<rt>なに</rt></ruby>か<ruby>書<rt>か</rt></ruby>くものはありますか）

● ●

なにか　　　　　　　　　　　gì đó

Ⓐ <ruby>何<rt>なに</rt></ruby>か<ruby>書<rt>か</rt></ruby>くものある？

Ⓑ あるよ。ペンと<ruby>鉛筆<rt>えんぴつ</rt></ruby>、どっちがいい？

Ⓐ Có gì đó để viết không?
Ⓑ Có. Bút bi hay bút chì?

意味・使う場面

「**何<rt>なに</rt>か…ある？**」は「**あるか、ないか**」を<ruby>尋<rt>たず</rt></ruby>ねる<ruby>表現<rt>ひょうげん</rt></ruby>です。「ある」ことがわかっている<ruby>場合<rt>ばあい</rt></ruby>は「**何<rt>なに</rt>がある？**」と<ruby>尋<rt>たず</rt></ruby>ねます。また、「**何<rt>なに</rt>か**」は「なんでも（いい）」という<ruby>意味<rt>いみ</rt></ruby>の<ruby>場合<rt>ばあい</rt></ruby>もあります。

" 何か…ある？ " là cách nói hỏi thăm " あるか、ないか ". Khi biết " ある " thì hỏi thăm tiếp " 何がある？ ". Ngoài ra " 何か " còn có lúc mang nghĩa "cái gì cũng được"

| 基本
パターン | <ruby>何<rt>なに</rt></ruby>か ＋ ［…？] | Ⓐ 「あるかないか」の<ruby>問<rt>と</rt></ruby>い |
| | <ruby>何<rt>なに</rt></ruby>か ＋ ［…。] | Ⓑ <ruby>不特定<rt>ふとくてい</rt></ruby>の<ruby>物事<rt>ものごと</rt></ruby> Sự vật không rõ ràng |

ポイント

「何<rt>なに</rt>か」は、<ruby>例<rt>たと</rt></ruby>えば「何かおいしいもの」のように「<u><ruby>具体的<rt>ぐたいてき</rt></ruby>でないもの</u>」に<ruby>使<rt>つか</rt></ruby>います。「**いつか／どこか／だれか／なぜか**」も<ruby>似<rt>に</rt></ruby>ています。「何<rt>なに</rt>か（が）ある」「<ruby>誰<rt>だれ</rt></ruby>か（が）いる」は、「よくわからない<ruby>物<rt>もの</rt></ruby>や<ruby>人<rt>ひと</rt></ruby>が<ruby>存在<rt>そんざい</rt></ruby>する」という<ruby>意味<rt>いみ</rt></ruby>です。

"何か" dùng khi muốn nói với ý "không cụ thể" chẳng hạn như câu "何かおいしいもの". Các từ "いつか／どこか／だれか／なぜか" cũng giống như vậy. Cách nói "何か（が）ある" "だれか（が）いる" có nghĩa "có sự tồn tại của người hay vật không biết rõ"

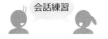

PART1
日本語会話の
最重要文型8

PART2
日本語会話の
基本文型80

主に動詞に
つくもの

主に名詞に
つくもの

主に形容詞に
つくもの

文の前に
つくもの

文の終わりに
つくもの

会話をつなぐ
もの

こそあど

いろいろな形に
つくもの

A 「あるかないか」の問い Câu hỏi có hay không

1 A 何か運動やってる？
　B ジョギングやってるよ。

A Cậu có vận động gì không?
B Tớ chạy bộ.

2 A いま何か言った？
　B いや、何も言ってないよ。

A Cậu vừa nói gì à?
B Không, tớ chẳng nói gì cả.

3 A ただいま。何か変わったこと、なかった？
　B いや、別に。

A Anh về rồi đây. Nhà có gì thay đổi không?
B Không, không có gì cả.

4 A 何か、もっと効率的なやり方はないの？
　B もしあるなら、こっちが教えてほしいよ。

A Có cách làm nào hiệu quả hơn không nhi?
B Nếu có thì tớ cũng muốn được chỉ cho đây.

B 不特定の物事 Sự vật không rõ ràng

5 A おみやげに何か買って帰ろうよ。
　B そうだね。何にしようか。

A Mua gì về làm quà đi.
B Ừ, mua gì bây giờ.

6 A もう、こんな時間か。スーパー、
　　閉まっちゃったね。
　B 冷蔵庫の中に何かあったと思うけど。

A Giờ này rồi cơ à. Siêu thị đóng cửa mất rồi.
B Chắc trong tủ lạnh còn gì đó.

7 A この箱の中、何だと思う？
　　ちょっと持ってみて。
　B うん。…けっこう軽いね。
　　何か、お菓子かな。

A Cậu nghĩ trong hộp này là gì? Cầm thử xem.
B Ừ, nhẹ lắm. Chắc bánh kẹo gì đó.

MEMO 「何か」のよりくだけた言い方として、「なんか」もよく使われる。

179

85 なんか寒くない？

nanka samuku nai?

（なぜだかわからないですが、寒くないですか）

なんか／なんだか　　　 ~ sao đó, thế nào đó

Ⓐ この部屋、<u>なんか</u>寒くない？

Ⓑ そうかなあ。ちょうどいいけど。

Ⓐ Phòng này lạnh sao đó nhỉ?
Ⓑ Thế hả, tớ thấy vừa phải mà.

意味・使う場面

🖋 **理由はよくわからないが**そう感じるとき、うまく言い表せないときなどに使います。また、**不満や否定的な気持ち**を表す用法もあります。

Dùng khi cảm thấy vậy nhưng không rõ lí do vì sao hoặc khi không thể diễn đạt suôn sẻ. Ngoài ra cũng có cách dùng thể hiện sự bất mãn hay suy nghĩ phủ định.

基本パターン

なんか／なんだか＋［A／NA／文］

···Ⓐ どんな理由・事情かわからないけど

···Ⓑ 漠然とだけど

···Ⓒ なにか～

···Ⓓ 不満や否定的な気持ち

ポイント

例えば、「なんかお腹空いた」の「なんか」は「**少し、ちょっと**」の意味で、「なんかお腹が痛い」は「原因はよくわからないが "ちょっと" 痛い」という意味です。また、「なんかねえ」は「ちょっとねえ」と同じく、否定的な答えです。

Ví dụ câu 「なんかお腹空いた」 thì 「なんか」 có nghĩa 「少し、ちょっと」, còn 「なんかお腹が痛い」 thì có nghĩa "Đau một chút nhưng không rõ nguyên nhân". Ngoài ra, câu 「なんかねえ」 giống với câu 「ちょっとねえ」, là câu trả lời có tính phụ định.

会話練習

PART1
日本語会話の最重要文型 8

PART2
日本語会話の基本文型 80

主に動詞に
つくもの

主に名詞に
つくもの

主に形容詞に
つくもの

文の前に
つくもの

文の終わりに
つくもの

会話をつなぐ
もの

こそあど

いろいろな形に
つくもの

A どんな理由・事情かわからないけど　Không hiểu lí do, sự tình như thế nào

1 Ａ 店長、**なんか**怒ってたよ。
　　Ｂ え、ほんと？　いやだなあ。

Ａ Cửa hàng trưởng cáu hay sao ấy.
Ｂ Ủa thật á? Phiền thế nhi.

2 Ａ **なんだか**元気ないね。
　　Ｂ うん…ちょっとね。

Ａ Sao trông cậu không khỏe nhi.
Ｂ Ừ, chút chút

3 Ａ 今日は**なんか**集中できないなあ。
　　Ｂ 昨日の疲れが、まだ残ってるんだよ。

Ａ Hôm nay sao không tập trung được thế nhi.
Ｂ Chắc vẫn còn mệt từ hôm qua đấy.

B 漠然とだけど　Nói vu vơ

4 Ａ うちの子、一人で大丈夫かしら。**なんか**心配。
　　Ｂ 大丈夫だよ。

Ａ Con nhà tôi không biết 1 mình có sao không. Thấy lo lo.
Ｂ Không sao đâu mà.

5 Ａ ねえ、このビデオは？「お笑いニッポン」だって。
　　Ｂ **なんか**面白そうだね。借りてみようか。

Ａ Này đĩa video này thế nào? "Owarai Nippon" đấy.
Ｂ Có vẻ hay hay nhi. Mượn thử đi.

C なにか〜　Cái gì đó

6 Ａ このデザイン、どう思う？
　　Ｂ うーん、**なんか**足りないんだよね。

Ａ Thiết kế này thế nào?
Ｂ Ừm, thiếu thiếu cái gì đó.

7 Ａ ヘアスタイル、変えてみたんだけど、どう？
　　Ｂ うーん、**なんか**変。前のほうがいい。

Ａ Tớ thay đổi kiểu tóc rồi, cậu thấy sao?
Ｂ Ừm... sao sao đó. Kiểu trước hơn.

D 不満や否定的な気持ち　bất mãn, phủ định

8 Ａ プリンター、どうする？
　　Ｂ 修理代に1万円払うのも**なんだか**ね…。新しいの、買おうか。

Ａ Máy in tính sao đây?
Ｂ Mất 10 nghìn yên tiền sửa cũng sao sao ấy nhi. Hay mua cái mới.

181

86 何て答える？
なん　こた
nan-te kotaeru?
（何と答えますか）
なん　こた

● ●

なんと～、なんという～／なんて～、なんていう～ ~như thế nào / ~ gì

Ⓐ「よろしくお願いします」って言われたら、ふつう**何て**答える？
　　　　　ねが　　　　　　　い　　　　　　　　　　　なん　こた
Ⓑ やっぱり「こちらこそ、よろしくお願いします」でしょ。
　　　　　　　　　　　　　　　　　　　ねが

Ⓐ Khi được nói là "mong anh giúp đỡ" thì bình thường trả lời như thế nào?
Ⓑ Thì trả lời là "Tôi cũng mong anh giúp đỡ" thôi.

意味・
使う場面 🔗 わからないことについて、名前や内容など、**具体的な情報を得たいと**
　　　　　　　　　　　　　　　　　　　なまえ　ないよう　　ぐたいてき　じょうほう　え
　　き**に使います。**
　　　つか

Mẫu câu sử dụng khi muốn biết thông tin cụ thể như tên, nội dung của việc mình không rõ.

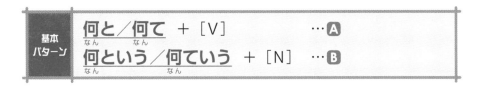

基本
パターン

何と／何て ＋ [V] …Ⓐ
なん　なん
何という／何ていう ＋ [N] …Ⓑ
なん　　　　なん

ポイント

「何と／何て」は「どう」と似ていますが、「何と／何て」のほうが具
なん　なん　　　　　　　　　　に　　　　　　　なん　なん　　　　　　　　　ぐ
体的です。「何と言ってた？」と「どう言ってた？」を比べると、**「何**
たいてき　　なん　い　　　　　　　　い　　　　くら　　　　　　　なん
と～？」は具体的な言葉を、「どう～？」は内容を尋ねる文です。
ぐたいてき　ことば　　　　　　　　　　　　ないよう　たず　ぶん

" 何と／何て " giống với " どう " nhưng " 何と／何て " cụ thể hơn. " 何と言ってた？ " so với
" どう言ってた？ " thì " 何と～？ " là câu hỏi về từ ngữ cụ thể, còn " どう～？ " hỏi về nội dung.

A 何と／何て ＋［V］

1 A 本当にありがとうございました。**何と**お礼を申し上げていいか。
B いえいえ、当たり前のことをしただけです。

A Thật sự cám ơn anh. Tôi không biết nói gì để cám ơn.
B Không không, tôi chỉ làm việc đáng làm thôi mà.

2 A うわっ、小さい字。
B ほんと。これじゃ、**何て**書いてあるか読めないよ。

A Ôi chữ nhỏ quá.
B Ừ, thế này thì không đọc được là viết gì đâu.

3 A 山下さんに「3万円貸して」って頼んだら、**何て**言うだろう。
B ふざけるなって言うんじゃない？

A Hỏi mượn anh Yamashita "cho tôi vay 30 nghìn yên đi!" thì không biết anh ấy nói gì nhỉ.
B Chắc sẽ bị nói "vớ vẩn!" đấy.

4 A 駅前の高いビル。あれ、**何て**言うんでしたっけ？
B スカイタワーでしょ。

A Tòa nhà cao cao trước ga tên là gì ấy nhỉ?
B Là Sky Tower.

5 A メッセージカードに**何て**書こうかな。
B「ときどき会いましょうね」とか？

A Viết gì vào thiếp bây giờ nhỉ.
B "Thỉnh thoảng gặp nhau nhé" chẳng hạn.

B 何という／何ていう ＋［N］

6 A **何という**雑誌をお探しですか。
B『キッチン手帳』です。

A Quý khách đang tìm tạp chí tên là gì ạ?
B Quyển "Sổ tay bếp núc".

7 A 懐かしいな。今流れてるの、**何て**曲だったっけ？
B ええと、何だっけな。愛の…。

A Ô lâu rồi mới nghe. Bày hát đang bật tên là gì ấy nhỉ?
B Ừm... Là gì ấy nhỉ. Tình yêu...

183

87 辛いほうが好き
karai hoo-ga suki
（辛いほうが好きです）

●●●●●●●●●●●●●●●●●●●●●●●●●●●●●●●●●

〜ほう 　　　　　　　　　　〜 hơn

Ⓐ カレーは甘いのと辛いの、どっちが好き？

Ⓑ 私は辛い**ほう**が好き。田中さんは？

Ⓐ Cậu thích cơm cari ngọt hay cay?
Ⓑ Tớ thích cay hơn. Cậu Tanaka thì sao?

意味・使う場面 🖉 2つ（以上）を比べて1つを選ぶとき、「ほう」を使います（Ⓐ比較）。また、<u>直接言及するのを避けて</u>「〜のほう」と言う用法もあります（Ⓑ婉曲）。

Dùng cách nói " ほう " (Ⓐ So sánh) khi so sánh 2 việc (trở lên) và chọn 1. Ngoài ra cũng có cách nói " 〜のほう " (Ⓑ nói tránh, nói xa xôi) để tránh đề cập trực tiếp.

基本パターン
$$[N] ＋ の ＋ ほう$$
$$[V る] ＋ ほう$$
｝＋（が ＋「プラス評価」）…Ⓐ比較

$$[N] ＋ の ＋ ほう …Ⓑ婉曲$$

ポイント
直接はっきり「嫌いです」「いやです」などと断ると人間関係が悪くなりそうなときは、「好きなほうじゃない」のように、間接的で遠回しな断り方をします。また、言いにくい話題を言うときにも使います。

Khi từ chối thẳng thừng như " 嫌いです " " いやです " dễ khiến làm hỏng mối quan hệ nên sẽ dùng cách từ chối gián tiếp, xa xôi như cách nói " 好きなほうじゃない ". Ngoài ra khi nói về đề tài khó cũng dùng " （〜の）ほう ".

A 比較 So sánh

1 A 土曜と日曜、どっちがいい？

B どっちでもいいけど、土曜の**ほう**がいい
かな。

A Em thích thứ 7 hay chủ nhật.
B Ngày nào cũng được nhưng thứ bảy thì hơn chăng.

2 A 8月は暑くて嫌だなあ。

B そうね。でも私は、6月とか7月とかの
ほうが蒸し暑くていや。

A Tháng 8 nóng ghét nhỉ.
B Ừ. Nhưng tớ thấy tháng 6, tháng 7 oi nóng hơn.

3 A 朝早く起きて勉強すると頭に入るよ。

B ぼくは夜勉強する**ほう**が集中できるな。

A Sáng dậy sớm học vào đầu hơn đấy.
B Tớ lại thấy học đêm tập trung hơn.

4 A ボールを使うスポーツは？

B どっちかっていうと苦手な**ほう**。
走るほうが得意。

A Môn thể thao dùng bóng thì thế nào?
B Tớ thuộc dạng kém. Chạy thì giỏi hơn.

5 A この赤いの、かわいくない？

B そう？ ぼくは、こっちの青い**ほう**が
いいな。

A Màu đỏ này đáng yêu không?
B Thế á. Tớ thấy màu xanh này hơn.

B 婉曲 nói xa xôi

6 A お支払いの**ほう**は、どうなさいますか。

B カードでお願いします。

A Về phần thanh toán quý khách trả thế nào ạ?
B Tôi trả bằng thẻ.

7 A お仕事の**ほう**は順調ですか。

B まあ、なんとかやってます。

A Về phần công việc vẫn suôn sẻ chứ ạ?
B Vâng, cũng ơn trời....

8 A で、おけがの**ほう**は、どうだったんですか。

B ああ、大したけがじゃなかったんです。
心配をおかけしました。

A Thế vết thương sao rồi?
B À, không thương nặng lắm. Cám ơn anh đã lo lắng.

88 やっぱりバスで行かない？

yappari basu-de ikanai?
（やはりバスで行きませんか）

やっぱり　　　　　　Đúng là ~ / Quả là ~

Ⓐ **やっぱり**バスで行かない？

Ⓑ そうだね。歩くと 30 分以上かかりそうだからね。

Ⓐ Đúng là đi bằng xe buýt thôi nhỉ?
Ⓑ Ừ. Đi bộ chắc cũng mất hơn 30 phút ấy.

意味・
使う場面

「**やはり**」のくだけた言い方です。「**前と変わらない様子**」や「**予想どおりの結果**」について「**思っていたとおり**」と、**納得した気持ち**を表します。また、最終的な結論を述べるときに「**いろいろあるが、結局これだ**」と、納得した気持ちを表します。

Là cách nói suồng sã của「やはり」. Thể hiện thái độ chấp nhận "đúng như mình nghĩ" về "trạng thái không thay đổi so với trước" hay "kết quả đúng như dự đoán". Ngoài ra, cũng thể hiện thái độ chấp nhận "Có nhiều nhưng cuối cùng vẫn là cái này" khi nói về kết luận cuối cùng.

基本
パターン

やっぱり＋[文]　…Ⓐ前と変わらない様子（評価なども含む）
　　　　　　　　　　…Ⓑ予想どおりの結果
　　　　　　　　　　…Ⓒ最終的な結論

ポイント

場合によっては、「思っていたとおり」というニュアンスが「評価の低さ」を表し、相手を不快にさせることがあるので注意しましょう。
㋺試験、不合格でした。── やっぱりそうでしたか。

Tùy từng trường hợp mà ý "đúng như mình nghĩ" lại có ý "đánh giá thấp", dễ gây khó chịu cho đối phương nên cần chú ý khi sử dụng.

Ví dụ: Tớ trượt mất rồi. — Đúng như mình nghĩ.

186

A 前と変わらない様子　Trạng thái không thay đổi so với trước

1　A 山田さんは、**やっぱり**歌、うまいね。
　　B そんなことないよ。

A Anh Yamada đúng là hát hay nhỉ.
B Làm gì đến mức ấy.

2　A 日本の観光地と言えば、**やっぱり**京都ですね。
　　B そうですね。

A Nói đến du lịch Nhật Bản thì hẳn là Kyoto nhỉ.
B Phải đấy.

3　A 夏は山がいいな。
　　B そう？　私は**やっぱり**海だな。

A Mùa hè đi núi thì thích nhỉ.
B Thế á? Tớ thì phải biển.

4　A **やっぱり**無理かなあ。
　　B あと１か月しかないからね。

A Đúng là không xong rồi.
B Chỉ còn 1 tháng nữa thôi nhỉ.

5　A 曇ってるね。**やっぱり**傘を持っていったほうがいいよ。
　　B わかった。そうする。

A Trời u ám quá. Đúng là nên mang ô đi.
B Con biết rồi. Con sẽ làm thế.

B 予想どおりの結果　Kết quả như dự đoán

6　A 森さん、大島さんと付き合ってるんだって。
　　B **やっぱり**！　この前、一緒に歩いてるのを見たよ。

A Anh Mori với chị Oshima yêu nhau đấy.
B Quả đúng thế à! Trước đây từng thấy hai người đó đi cùng nhau mà.

C 最終的な結論　Kết luận cuối cùng

7　A 林さんは紅茶？
　　B うん。…あ、ごめん、**やっぱり**コーヒーにする。

A Anh Hayashi uống hồng trà há?
B Ừ. À mà thôi, đúng là cho anh cà phê đi.

8　A さっきパンを頼んだけど、**やっぱり**いい。自分で買いに行くから。
　　B あ、そう。わかった。

A Lúc nãy nhờ cậu mua bánh mì nhưng mà đúng là không cần nữa đâu. Mình tự đi mua.
B À thế hả. Tớ hiểu rồi.

文型リスト Danh sách mẫu câu

※意味・働きが複数の場合、例と異なるものもあります。

文型とその例	主な意味・働き
1 おいしい**ね**	軽く同意を求める／再確認／念を押す
2 もう帰った**よ**	新情報を伝える／指示・注意の強調
3 お祭り行く**よね**	確認／新情報を伝える／調子を合わせる
4 コピーしよう**か**。	疑問・問いかけ／提案や申し出／再確認
5 もう予約した**の**？	質問／事情説明
6 疲れている**んだ**	事情を伝える
7 会う**のは**初めて	名詞のように扱う
8 少し遅れる**って**	引用・強調
9 集合時間、わかっ**てる**？	動作の継続／状態の継続／くり返し
10 コピーし**といて**	準備／放置
11 言っ**ちゃった**の!?	完了／失敗・残念な結果
12 帰る**ところ**	直前／途中／直後
13 買った**ばかり**	～してすぐ
14 着い**たら**電話して	仮定や条件
15 遅れ**たり**しないで	～するようなこと
16 借り**たらいい**	提案／助言
17 もうすぐ降り**そう**	そうなる手前の状態／そのような様子
18 受かる**はずがない**	当然の否定
19 見た**わけじゃない**	内容を制限する
20 断る**わけにはいかない**	立場上できない／不満や欲求を抑えられない
21 食べ**ていい**？	許可
22 早く行か**ないと**	義務／必要
23 これにし**たら**？	人に勧める
24 行ってみ**ない**？	勧誘／誘導／依頼
25 彼**って**、独身？	話題
26 明日のこと**だけど**	話題
27 秋はいいね	高い評価／適当と思う／同意・許可
28 体**にいい**	良い効果がある
29 明日**でもいい**	許可する・受け入れる／許可を求める
30 断る**しかない**	他の可能性はない
31 テニス**とか**	例を示す
32 スーパー行く**なら**	条件／主題
33 これ**なんか**、どう？	例を示す／軽視（軽く扱う）・謙遜（自分を低く扱う）
34 うそ**ばかり**	目立って多い
35 サル**みたいな**子	似たものに例える
36 ABC**っていう**店	具体的な情報を示す
37 別れたい**ってこと**	伝聞／確認
38 明るく**ていいね**	ほめる
39 **けっこう**忙しい	意外に
40 **ほんと**、うれしい	本当だ／本当に、実に
41 **あのう**、ちょっと伺いますが	話しかける／相手の注意をひく
42 **ねえ**、聞いた？	話しかける／相手の注意をひく
43 **ほら**、これだよ	相手の注意をひく／相手の承認を求める
44 **あれ**？ 雨だ	驚きや疑問
45 **さあ**、どうだろう	答えがすぐ出ない／行動を促す

46	**まあ**、大丈夫でしょ	十分ではないが許せる／感動	68	**うん**、だいぶよくなったよ	YESの返事／理解していることを表す

46	**まあ**、大丈夫でしょ	十分ではないが許せる／感動
47	**そしたら**、もう帰る？	対応を述べる
48	晴れるといい**な**	感動や軽い願望／判断を確かめる
49	困った**なあ**	感動・不満・願望など
50	紅茶にしよう**かな**	軽い疑問／依頼
51	間に合う**かなあ**	疑問／願望
52	間に合う**かも**	結果の予測／原因や理由の推測
53	勝てる**気がする**	漠然と、そう思う
54	知ってる**でしょ？**	答えを求める／同意を求める
55	**大変じゃない？**	確認／意見・評価／驚き・感心
56	**無理なんじゃない？**	注意・確認／意見・批判／推測
57	遅れてる**みたい**	推量／意見を控えめに言う
58	合格する**と思う**	意見をはっきり言う
59	いつだ**っけ？**	はっきり覚えてない
60	近い**し**、安い**し**…	例を挙げる
61	ちょっと聞きたい**んだけど**	婉曲（遠慮の気持ち）
62	**出かけるけど**…	単純接続
63	もう用意できてる**から**	結論を先に言う／結論を省略する
64	約束した**のに**	不満／意外な気持ち
65	帰ろうと思っ**て**	理由
66	大した**ものだ**	感嘆（深く感じること）
67	これは**どう？**	意見や感想を聞く
68	**うん**、だいぶよくなったよ	YESの返事／理解していることを表す
69	**うーん**、どうかな	答えを考えている
70	**へー**、そうなんだ	納得や感心
71	**えっ？** 本当？	驚きや疑問／聞き返す
72	**なるほど**。そうかあ、そう、**ふーん**	納得や感心（なるほど）一応の理解（ふーん）
73	**で**、どうしたの？	話の続きを聞く／新しい話題
74	あの**さ**、それ**で**さ	反応を見ながら話す
75	**この辺**になかった？	「これ・それ・あれ・どれ」が名詞につく形
76	**こっち**にする	方向・場所
77	**こちら**にどうぞ	方向・場所
78	**こう**すれば開くよ	やり方など
79	**そんな話**、初めて聞いた	話し手やその周辺／持っている物や近く
80	**そういうかばん**が欲しい	話し手やその周辺／持っている物や近く
81	**それ**は心配だね	具体的な物／情報／発言・行為／状況
82	**そう**。よかったね	相手や自分の発言
83	かさ**はいい**	不要
84	**何か**買う？	あるかないか／不特定の物事
85	**なんか**心配	理由はわからないが／漠然と
86	**何て**答える？	具体的な情報
87	辛い**ほうが**好き	比較／婉曲
88	**やっぱり**バスで行く？	前と変わらない様子／予想通りの結果／最終的な結論

さくいん Tra cứu

● 監修者・著者

水谷 信子（みずたに のぶこ）
お茶の水女子大学・明海大学名誉教授、元アメリカ・カナダ大学連合日本研究
センター教授、元ラジオ講座「100万人の英語」講師など

● 著者

松本 隆（まつもと たかし）　アメリカ・カナダ大学連合日本研究センター教授
有田 聡子（ありた さとこ）　弥勒の里国際文化学院日本語学校専任講師
高橋 尚子（たかはし なおこ）　熊本外語専門学校専任講師

レイアウト・DTP	オッコの木スタジオ
カバーデザイン	花本浩一
本文イラスト	はやし・ひろ／白須道子
翻訳	Ngyuen Van Anh ／ Duong Thi Hoa

本書へのご意見・ご感想は下記 URL までお寄せください。
https://www.jresearch.co.jp/contact/

ベトナム語版
わかる！ 話せる！ 日本語会話 基本文型 88

令和2年（2020年）3月10日　初版第1刷発行

監修者・著者　水谷信子
著　者　　松本隆／有田聡子／高橋尚子
発 行 人　　福田富与
発 行 所　　有限会社Jリサーチ出版
　　　　　　〒166-0002　東京都杉並区高円寺北 2-29-14-705
電　話　　03(6808)8801（代）　FAX 03(5364)5310
編 集 部　　03(6808)8806
　　　　　　https://www.jresearch.co.jp
印 刷 所　　中央精版印刷株式会社

ISBN 978-4-86392-474-1